ഊർജ്ജത്തിന് വേണ്ടി

INSIGHT PUBLICA

Nadakkavu, Kozhikode, Kerala, 673011
www.insightpublica.com
e-mail: insightpublica@gmail.com
Title: **Oorjathinu Vendi**
Author: Somasekharan Poklassary
(Malayalam)
First Edition: July 2022
Book Design: kjvj@insight

Printed and Published by
InsightinPublica Printers & Publishers Pvt. Ltd.
ISBN 978-93-5517-131-3
₹ 199

ഊർജ്ജത്തിന് വേണ്ടി

സോമശേഖരൻ പൊക്ലാശ്ശേരി

INSIGHT PUBLICA

പാലക്കാട് ജില്ലയിലെ കിഴക്കഞ്ചേരിയിൽ 1953ൽ ജനനം. കിഴക്കഞ്ചേരി ഗവണ്മെന്റ് ഹൈസ്കൂൾ, St. തോമസ് കോളേജ് തൃശ്ശൂർ, ഗവ. വിക്ടോറിയ കോളേജ് പാലക്കാട്, IETE, IGNOU എന്നിവടങ്ങളിൽ നിന്ന് വിദ്യാഭ്യാസം. കാലിക്കറ്റ് യൂണിവേഴ്സിറ്റിയിൽ നിന്ന് ഫിസിക്സിൽ ബിരുദം, IETE യിൽ നിന്ന് ഇലക്ട്രോണിക് എഞ്ചിനീയറിംഗ് ബിരുദം, IGNOU വിൽ നിന്ന് MBA ബിരുദം, കമ്പ്യൂട്ടർ എഞ്ചിനീയറിംഗിൽ ബിരുദാനന്തരപഠനം. FACT-FEDO യിൽ Control & Instrumentation വിഭാഗത്തിൽ ചീഫ് എഞ്ചിനീയർ, Middle East ൽ സീനിയർ പ്രൊജക്റ്റ് കൺസൽട്ടന്റ്, സീനിയർ പ്രൊജക്റ്റ് മാനേജർ എന്നീ തസ്തികകളിൽ ജോലി ചെയ്തിട്ടുണ്ട്. തൃപ്പൂണിത്തുറ ഇരുമ്പനത്തു താമസം. കൃഷിയിലും ശാസ്ത്രപ്രചാരണത്തിലും സജീവം. ഇടതുപക്ഷ വീക്ഷണം പുലർത്തുന്നു.

കൃതികൾ: *ശാസ്ത്രചരിത്രത്തിലെ മൊഴിമുത്തുകളും വൈരുദ്ധ്യങ്ങളും, കുട്ടന്റെ ശാസ്ത്രാന്വേഷണങ്ങൾ, സംഖ്യകളും ഗണിതവും.*

ഭാര്യ : ശ്രീലത (പഞ്ചാബ് നാഷണൽ ബാങ്ക് മാനേജർ ആയി വിരമിച്ചു.
മക്കൾ: വിനീത (ആർക്കിടെക്ട് - കോളേജ് അദ്ധ്യാപിക)
സുനീത (ഇലക്ട്രോണിക് എഞ്ചിനീയർ - ആസ്ട്രേലിയ)

സോമശേഖരൻ പൊക്ലാശ്ശേരി

ഉള്ളടക്കം

എന്താണ് ഊർജ്ജം (Energy)?

ദിവസേന വാഹനമോടിക്കുന്നതിനുള്ള ഊർജ്ജാവശ്യത്തിനു വേണ്ടി പെട്രോൾ വേണം. ഓരോ മാസവും വീട്ടാവശ്യത്തിനുള്ള വൈദ്യുതി ഊർജ്ജത്തിന്റെ ബിൽ തുക അടക്കണം. വീട്ടാവശ്യത്തിനുള്ള പാചക വാതകത്തിന്റെ തുക മാസം തോറും കണ്ടെത്തണം. ഇതിനെല്ലാം പുറമെ നമ്മളൊന്നും അറിയാതെ തന്നെ ശ്വസനം, ശരീര ഊഷ്മാവ് നിലനിർത്താൻ, തുടങ്ങി മറ്റനേകം പ്രവർത്തനങ്ങൾക്ക് ഊർജ്ജം ഉപയോഗിക്കുന്നു. അതായതു ഉണർന്നെണീക്കുന്നതു തൊട്ട് കിടന്നുറങ്ങുന്നതുവരെ അനേകം ആവശ്യങ്ങൾക്കായി നിത്യേന വളരെയധികം ഊർജ്ജം ഉപയോഗിക്കുന്നു.

എന്താണ് ഊർജ്ജം? ഏതെല്ലാമാണ് ഊർജ്ജത്തിന്റെ ഉറവിടങ്ങൾ? വിവിധ തരത്തിലുള്ള ഊർജ്ജങ്ങൾ ഏവ? ചില തരം ഊർജ്ജങ്ങൾ എങ്ങനെ പരിസ്ഥിതിക്ക് ദോഷകരമായി ഭവിക്കുന്നു? ഊർജ്ജത്തെക്കുറിച്ചുള്ള ഭൗതിക നിയമങ്ങൾ ഏവ?

എനർജി അഥവാ ഊർജ്ജം

ഒരു വസ്തുവിനെ ബലം കൊടുത്തു ചലിപ്പിച്ചാൽ ജോലി ചെയ്തു എന്നു പറയാം. ഒരു മനുഷ്യനിൽ ജോലി ചെയ്യാനുള്ള ധാരാളം ഊർജ്ജം ഉണ്ടായിരിക്കും. മറ്റൊരു വിധത്തിൽ പറഞ്ഞാൽ ജോലി ചെയ്യാനുള്ള കഴിവിനെ ഊർജ്ജം എന്നു പറയാം. ചലനം മൂലം വസ്തുവിനുണ്ടാകുന്ന

ഊർജ്ജത്തെ ഗതികോർജ്ജം (Kinetic Energy) എന്നു പറയും. വസ്തുവിന്റെ സ്ഥാനം മൂലമുണ്ടാകുന്ന ഊർജ്ജമാണ് സ്ഥാനികോർജ്ജം. (Potential Energy)

മോളിക്യൂളുകളും ആറ്റങ്ങളും, ഖരപദാർഥത്തിലാവട്ടെ, ദ്രാവകത്തിലാവട്ടെ, വാതകത്തിലാവട്ടെ എപ്പോഴും ചലിച്ചു കൊണ്ടിരിക്കുന്നു. ഇത്തരം മോളിക്യൂളുകളുടെ ചലനം മൂലം ആന്തരിക ഗതികോർജ്ജം ഉണ്ടാകുന്നു. ആന്തരിക ഗതികോർജ്ജം (Kinetic Energy) മൂലമാണ് താപം ഉണ്ടാകുന്നത്. അതുകൊണ്ടു തന്നെ ഇതിനെ താപോർജ്ജം (Thermal Energy) എന്നു പറയുന്നു. ശബ്ദം മൂലം വായുവിലെ മോളിക്യൂളുകൾ ചലിക്കുകയും ആ ചലനം അടുത്ത മോളിക്യൂളുകളിലേക്കു പകരുകയും, അങ്ങനെ ശബ്ദം വായുവിലൂടെ പ്രസരിക്കുന്നു.

രാസമാറ്റം വ്യത്യസ്ഥമായ പദാർത്ഥങ്ങളുടെ മോളിക്യൂളുകളിലെ ആറ്റം ഘടനയിൽ വരുന്ന മാറ്റം മൂലമാണ്. രാസമാറ്റത്തിന് വേണ്ടി താപോർജ്ജം ആവശ്യമായി വരുകയോ രാസമാറ്റത്തിന്റ സമയത്ത് താപോർജ്ജം ഉല്പാദിപ്പിക്കപ്പെടുകയോ ചെയ്യും. പെട്രോൾ കത്തുമ്പോൾ പദാർഥത്തിനകത്തെ സ്ഥിതികോർജ്ജം (Potential energy) ഗതികോർജ്ജമായി മാറുന്നു ആറ്റോമിക് റിയാക്ഷനുമായി (Atomic reaction) ബന്ധപ്പെട്ടും ധാരാളം ഊർജ്ജം ഉണ്ടാകുന്നു.

ഒരു തരത്തിലുള്ള ഊർജ്ജം മറ്റൊരു തലത്തിലുള്ള ഊർജ്ജമായി മാറ്റാം. ഇത്തരത്തിലുള്ള മാറ്റത്തിനു ശേഷവും മൊത്തത്തിലുള്ള ഊർജ്ജം മാറ്റമില്ലാതെ സ്ഥിരമായി നിൽക്കുന്നു. ഇതിനെയാണ് ഊർജ്ജസംരക്ഷണനിയമം (Law of conservation of energy) എന്നു പറയുന്നത്. ഐൻസ്റ്റൈനിന്റെ ആപേക്ഷിത സിദ്ധാന്തം ($E=mc^2$) വന്നതിനു ശേഷമാണു ഊർജ്ജസംരക്ഷണനിയമം കൂടുതൽ വ്യക്തമാക്കാൻ കഴിഞ്ഞത്. ഐൻസ്റ്റൈനിന്റെ നിയമം വന്നതിനു ശേഷം പദാർത്ഥവും ഊർജ്ജത്തിന്റെ വകഭേദമായി കണക്കാക്കാൻ തുടങ്ങി.

ഭൗതികമായ ഒരു സംവിധാനത്തിന്റെ (ജീവനുള്ളവക്കുമാകാം) ജോലി ചെയ്യാനുള്ള കഴിവിനെയാണ് ഊർജ്ജം എന്നു പറയുന്നത്. ഊർജ്ജം നിലവിലുള്ളത് കൊണ്ടു മാത്രം, വിചാരിച്ച രീതിയിലുള്ള ഊർജ്ജം ജോലി ചെയ്യാനായി ലഭ്യമാണെന്ന് അർത്ഥമില്ല. ഊർജ്ജം പല വിധത്തിലാണ് ലഭ്യമായിരിക്കുന്നത്. വ്യത്യസ്ഥമായ ഊർജ്ജങ്ങളെപ്പറ്റി ചെറു വിവരണങ്ങൾ താഴെ കൊടുത്തിരിക്കുന്നു.

മെക്കാനിക്കൽ എനർജി

മെക്കാനിക്കൽ എനർജി ഒരു വസ്തുവിന്റെ ചലനം കൊണ്ടോ അല്ലെങ്കിൽ വസ്തു സ്ഥിതി ചെയ്യുന്ന സ്ഥലം അടിസ്ഥാനമാക്കിയോ ഉള്ള ഊർജ്ജമാവാം, ഇതു രണ്ടുമാവാം.

മെക്കാനിക്കൽ എനർജി എന്നു പറയുന്നത് കൈനറ്റിക് എനെർജിയും പൊട്ടൻഷ്യൽ എനർജിയും ചേർന്നതാണ്.

കൈനറ്റിക് എനർജി വസ്തുവിന്റെ ചലനം കൊണ്ടു ഉണ്ടാകുന്നതാണ്. പൊട്ടൻഷ്യൽ എനർജി വസ്തു എവിടെ സ്ഥിതി ചെയ്യുന്നു എന്നു ആസ്പദിച്ചുള്ള ഊർജ്ജമാണ്. ഒരു സമയം ഈ പറഞ്ഞ ഊർജ്ജങ്ങളിൽ ഒരു ഊർജ്ജം പൂജ്യമാകാം. നിരപ്പായ റോഡിൽ കൂടി സഞ്ചരിക്കുന്ന കാറിനു കൈനറ്റിക് ഊർജ്ജം മാത്രമേ ഉണ്ടാവുകയുള്ളൂ. പക്ഷെ ആ കാർ ഒരു കയറ്റം കയറുകയാണെങ്കിൽ അതിനു കൈനറ്റിക് എനർജിയും പൊട്ടൻഷ്യൽ എനർജിയും ഉണ്ടാകും.

തെർമൽ എനർജി (താപോർജ്ജം)

തെർമൽ എനർജി പ്രതിഫലിക്കുന്നത് രണ്ടു വ്യവസ്ഥകൾ തമ്മിലോ വസ്തുക്കൾ തമ്മിലോ ഉള്ള താപത്തിലുള്ള മാറ്റത്തെയാണ്.

ഉദാഹരണമായി ചൂടുള്ള ഒരു കപ്പ് ചായക്ക് താപോർജ്ജമാണ്. മനുഷ്യൻ ശരീരപ്രവർത്തനത്തിനു ചൂട് ഉല്പാദിപ്പിക്കുന്നുണ്ട്. അതുകൊണ്ടു തന്നെ അന്തരീക്ഷ ഊഷ്മാവുമായി താരതമ്യപ്പെടുത്തുകയാണെങ്കിൽ മനുഷ്യൻ താപോർജ്ജം ഉല്പാദിപ്പിക്കുന്നുണ്ട് എന്നു പറയാം.

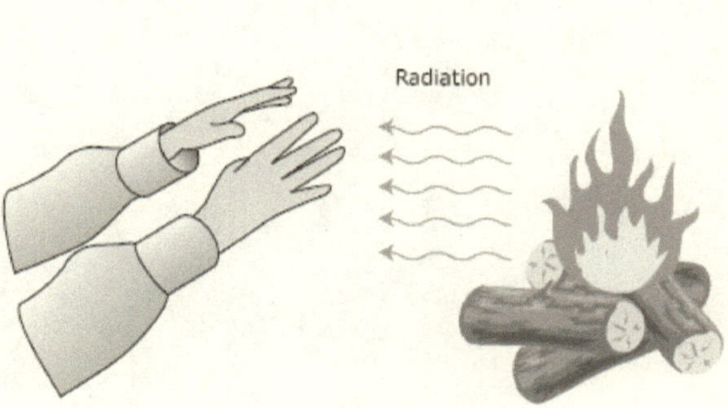

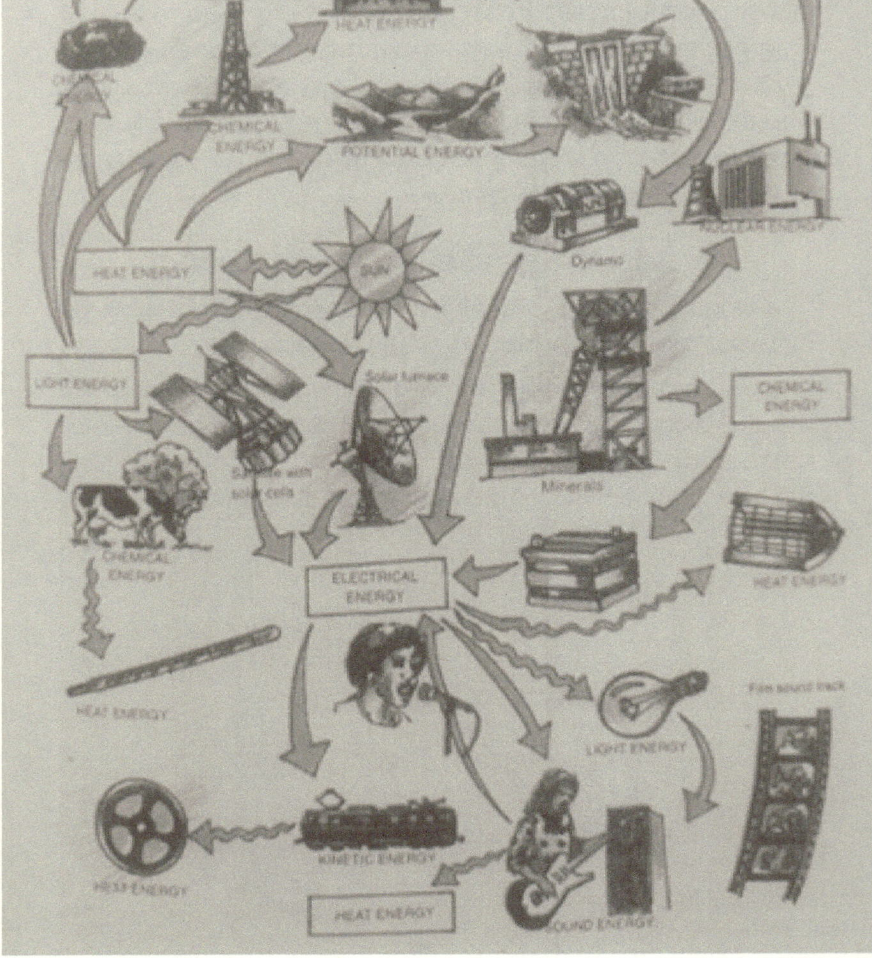

Fig. ഊർജ്ജ പരിണാമങ്ങൾ

ചൂട് കൂടുംതോറും കണികകളുടെ ചലനം കൂടുകയും തന്മൂലം മൂലം internal ഗതികോർജ്ജം (Kinetic Energy) വർദ്ധിക്കുന്നു. ഇങ്ങനെയാണ് താപോർജ്ജം ഉണ്ടാകുന്നത്

ന്യൂക്ലീയർ ഊർജ്ജം

ന്യൂക്ലീയർ ഊർജ്ജം, ആറ്റം ന്യൂക്ലീയസ്സിലെ ന്യൂട്രോണിന്റെയും പ്രോട്ടോണിന്റെയും പരസ്പരബന്ധത്തിലുണ്ടാവുന്ന മാറ്റം അഥവാ ന്യൂക്ലീയർ പരിണാമം കൊണ്ടു ഉണ്ടാവുന്ന ഊർജ്ജമാണ്. ന്യൂക്ലീയർ ബലം അതിശക്ത ബലമായി ആണ് കരുതപ്പെടുന്നത്. ന്യൂക്ലീയർ ഫിഷൻ, ന്യൂക്ലീയർ ഫ്യൂഷൻ, ന്യൂക്ലീയർ ഡികെ (Neuclear decay) എന്നിവയിലൂടെയെല്ലാം ന്യൂക്ലീയർ ഊർജ്ജം ഉണ്ടാകുന്നു. ആറ്റോമിക് ബോംബ് സ്ഫോടനം, ന്യൂക്ലീയർ പ്ലാന്റുകളിൽ ഉല്പാദിപ്പിക്കുന്ന വൈദ്യുതി ഊർജ്ജം എന്നിവയെല്ലാം ന്യൂക്ലീയർ ഊർജ്ജത്തിന്റെ പ്രായോഗിക ഉദാഹരണങ്ങളാണ്.

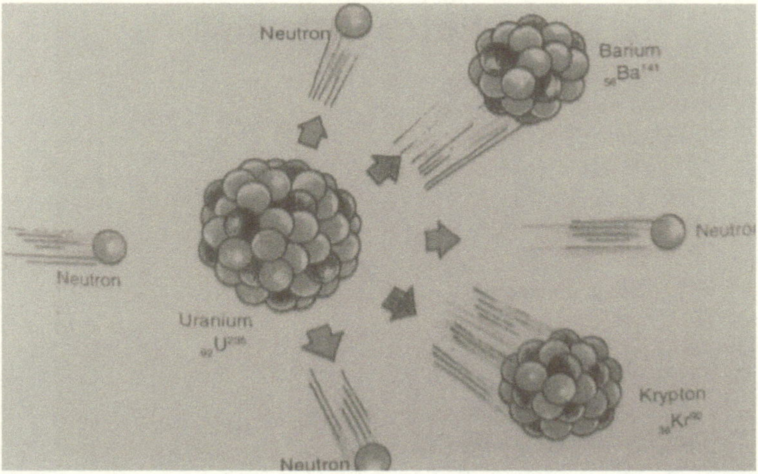

Fig. ന്യൂക്ലിയർ ഫിഷൻ

ന്യൂക്ലീയർ ഫ്യൂഷൻ, ന്യൂക്ലീയർ ഫിഷൻ എന്നിവ നടക്കുന്ന സമയങ്ങളിൽ ധാരാളം ഊർജ്ജമാറ്റങ്ങൾ സംഭവിക്കുന്നു. പദാർത്ഥങ്ങളിൽ അന്തർലീനമായ ഊർജ്ജമാണ് മറ്റു തരത്തിലുള്ള ഊർജ്ജമായി മാറുന്നത്. ഇതിലൂടെ വളരെ ചെറിയ തോതിലുള്ള പദാർത്ഥം (Matter) നഷ്ടമാകുന്നു.

കെമിക്കൽ ഊർജ്ജം

കെമിക്കൽ എനർജി ഉണ്ടാകുന്നത് രാസമാറ്റത്തിന്റെ ഫലമായാണ്. ആറ്റങ്ങൾ തമ്മിലും മോളിക്യൂളുകൾ തമ്മിലും ഉള്ള കെമിക്കൽ ബോണ്ട് മുറിക്കുന്നതും പുതിയ ബോണ്ട് ഉണ്ടാകുന്നതുമായ പ്രക്രിയയാണല്ലോ രാസമാറ്റത്തിൽ സംഭവിക്കുന്നത്. വ്യത്യസ്ഥമായ തരത്തിലുള്ള കെമിക്കൽ എനർജി ഉണ്ട്. എലെക്ട്രോകെമിക്കൽ, കെമിലുമിനൻസ് എന്നിവ അതിനു ഉദാഹരണങ്ങളാണ്.

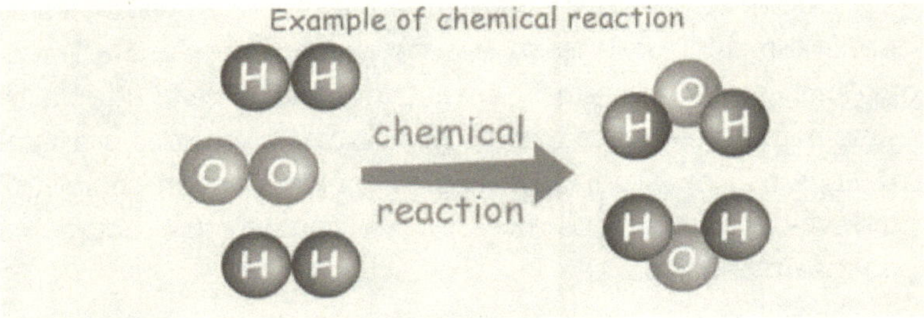

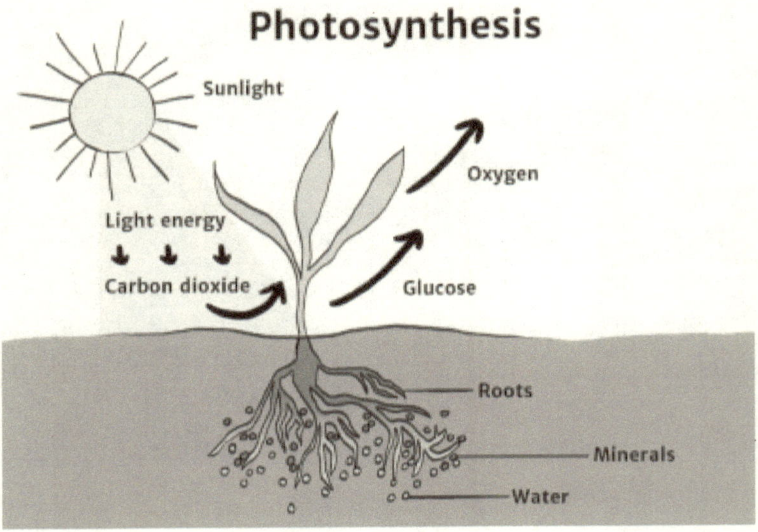

കെമിക്കൽ എനർജിയുടെ പ്രായോഗികമായ ഒരു ഉദാഹരണം എലെക്ട്രോകെമിക്കൽ സെല്ല് അഥവാ ബാറ്ററി ആണ്.

രാസമാറ്റം സംഭവിക്കുമ്പോൾ വളരെയധികം ഊർജ്ജമാറ്റം സംഭവിക്കുന്നു. പെട്ടന്ന് പെട്രോളിയം കത്തുമ്പോഴോ ഡൈനാമിറ്റ് സ്ഫോടനം നടക്കുമ്പോഴോ വളരെയധികം രാസമാറ്റം സംഭവിക്കുന്നു. രാസമാറ്റത്തിലൂടെ താപഊർജ്ജം ഉണ്ടാകുന്നു.

ഇലെക്ട്രോമാഗ്നെറ്റിക് ഊർജ്ജം (ഇലെക്ട്രോമാഗ്നെറ്റിക് എനർജി)

ഇലെക്ട്രോമാഗ്നെറ്റിക് എനർജി അഥവാ റാഡിയൻറ് (Radiant) എനർജി പ്രകാശ തരംഗങ്ങൾക്കും ഇലെക്ട്രോമാഗ്നെറ്റിക് തരംഗങ്ങൾക്കും അനുബന്ധമായ ഊർജ്ജമാണ്. മനുഷ്യന്റെ കാണാൻ പറ്റാത്ത പ്രകാശതരംഗങ്ങൾ അടക്കം എല്ലാ പ്രകാശതരംഗങ്ങളും ഇലക്ട്രോമാഗ്നെറ്റിക് ഊർജ്ജമാണ്. റേഡിയോ തരംഗങ്ങൾ, x. റെയ്സ്, മൈക്രോ വേവ്സ്, അൾട്രാ വയലറ്റ് രശ്മികൾ എന്നിവയെല്ലാം ഇലക്ട്രോമാഗ്നെറ്റിക് എനെർജിക്കു ഉദാഹരണങ്ങളാണ്. ഇത്തരത്തിലുള്ള ഊർജ്ജം വിവിധമേഖലകളിൽ ഉപയോഗിക്കുന്നുണ്ട്

സോണിക് എനർജി

സോണിക് എനർജി എന്നതു ശബ്ദതരംഗങ്ങളുമായി ബന്ധപ്പെട്ട എനർജിയാണ്. വായുവിലൂടെയോ മറ്റേതെങ്കിലും മീഡിയത്തിലൂടെയോ മാത്രമേ ശബ്ദതരംഗങ്ങൾക്കു സഞ്ചരിക്കാൻ സാധിക്കുകയുള്ളു.

Fig. സോണിക് എനർജി

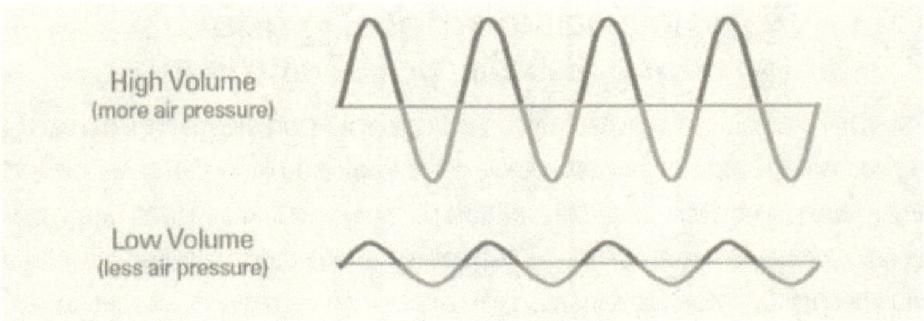

Fig. ശബ്ദതരംഗങ്ങൾ പ്രസരിക്കുന്നത്

ഗ്രാവിറ്റേഷനൽ എനർജി

ഗുരുത്വാകർഷണവുമായി (Gavity) ബന്ധപ്പെട്ട ഊർജ്ജമമാണിത്. രണ്ടു വസ്തുക്കൾ തമ്മിലുള്ള ഗുരുത്വാകർഷണം വസ്തുക്കളുടെ പിണ്ഡത്തെ (Mass) നേരിട്ടും അവ തമ്മിലുള്ള ദൂരത്തിന്റെ squareനെ വിപരീതമായും ബന്ധപ്പെട്ടിരിക്കുന്നു. ഗ്രാവിറ്റേഷനൽ എനർജി, മെക്കാനിക്കൽ എനെർജിക്കു അടിസ്ഥാനമാകുകയാണ് ചെയ്യുന്നത്. ഗ്രാവിറ്റേഷനൽ എനർജിയാണ് വായുമണ്ഡലത്തെ ഭൂമിയോടു ചേർത്ത് നിർത്തുന്നത്

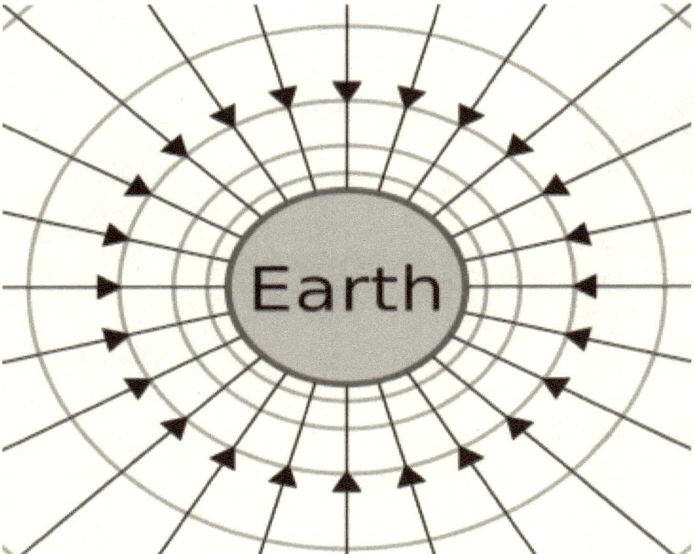

Fig. ഗുരുത്വാകർഷണം

അയണീകരണ ഊർജ്ജം

അയണീകരണ ഊർജ്ജം എന്നത്ഥ ഒറ്റപ്പെട്ട ആറ്റത്തിൽ നിന്നോ കണികയിൽ നിന്നോ ഇലെക്ട്രോൺ വേർതിരിക്കുന്നതിനു ആവശ്യമായ ഊർജ്ജത്തെയാണ്. ഇതിനെ ഭൗതികത്തിലും രസതന്ത്രത്തിലും അയണീകരണ പൊട്ടൻഷ്യൽ എന്നു പറയും. ആദ്യത്തെ ഇലക്ട്രോൺ മാറ്റുന്നതിനുള്ള ഊർജ്ജത്തെ ഫസ്റ്റ് അയോണീകരണ പൊട്ടൻഷ്യൽ എന്നും രണ്ടാമത്തെ ഇലക്ട്രോൺ വേർതിരിക്കുന്നതിനുള്ള ഊർജ്ജത്തെ സെക്കന്റ് അയോണീകരണ ഊർജ്ജമെന്നും പറയപ്പെടുന്നു. ഒരു മൂലകത്തിന്റെ അയണീകരണ ഊർജ്ജത്തിന്റെ അളവ് ന്യൂക്ലീയസ്സിന്റെ വൈദ്യുതിചാർജിനെയും അറ്റോമിന്റെ വലുപ്പത്തെയും ആസ്പദിച്ചിരിക്കുന്നു. ഇലക്ട്രോൻ മാറ്റുന്നത് ഏറ്റവും ബുദ്ധിമുട്ട് നോബിൾ വാതകങ്ങളിലും ഏറ്റവും എളുപ്പം ആൽക്കലി ലോഹങ്ങളിലുമാണ്.

അയണീകരണ ഊർജ്ജത്തെ കെമിക്കൽ ഊർജ്ജത്തിൽ (രാസ ഊർജ്ജം) പെടുത്താവുന്നതാണ്

പ്രകാശ ഊർജ്ജം വൈദ്യുതകാന്തിക ഊർജ്ജം കൂടിയാണ്.

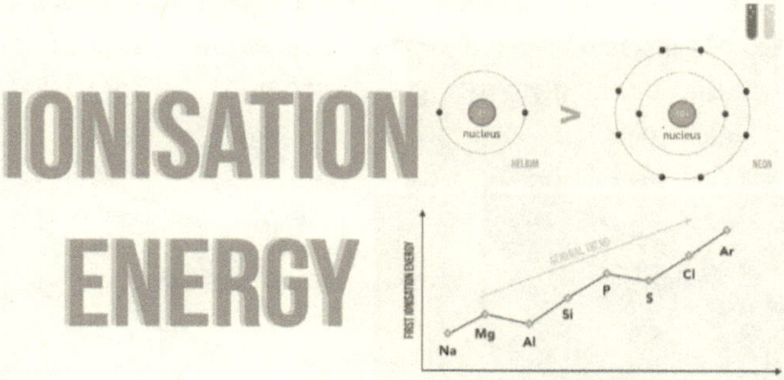

Fig. പ്രകാശ ഊർജ്ജം(Light Energy)

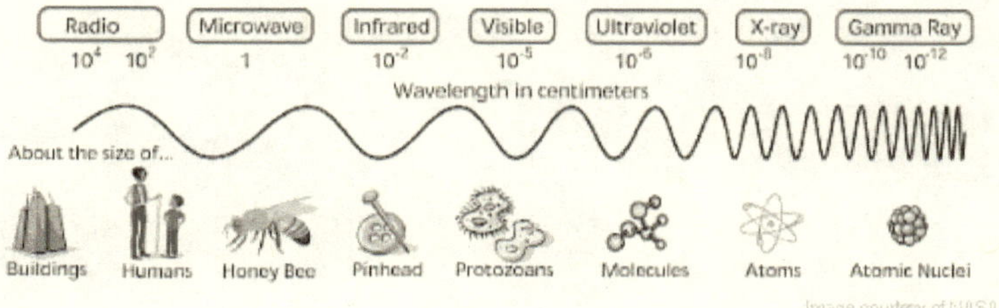

Fig. തരംഗദൈർഘ്യങ്ങൾ

ഇൻഫ്രാറെഡ് പ്രകാശഊർജ്ജം

ഇതു തരംഗദൈർഘ്യം കൂടിയ പ്രകാശ രശ്മികളാണ്. ഇതു ചൂടാക്കാൻ, രാത്രി കാഴ്ചക്കുള്ള ഉപകരണങ്ങൾ, വസ്തുക്കളെ ട്രാക് ചെയ്യാൻ, വിനിമയം (Communication), കാലാവസ്ഥ നിരീക്ഷണം, ആരോഗ്യ സംബന്ധമായ ഉപകരണങ്ങൾ, എന്നിവക്കെല്ലാമായി ഉപയോഗിക്കുന്നു. ദൃശ്യ പ്രകാശ തരംഗങ്ങളേക്കാൾ കൂടുതലുള്ളതും മൈക്രോ തരംഗങ്ങളേക്കാൾ കുറവും തരംഗദൈർഘ്യം ഉള്ള വിദ്യുത്കാന്തിക തരംഗങ്ങളെയാണ് ഇൻഫ്രാറെഡ് തരംഗങ്ങൾ എന്നു പറയുന്നത്. പൊതുവേ 700 നാനോമീറ്റർ മുതൽ 300 മൈക്രോമീറ്റർ വരെ തരംഗദൈർഘ്യം ഉള്ള വിദ്യുത്കാന്തികതരംഗങ്ങളെ ഇൻഫ്രാറെഡ് വിഭാഗത്തിൽ പെടുന്നതായി പരിഗണിച്ചിരിക്കുന്നു.

അൾട്രാ വയലറ്റ് പ്രകാശ ഊർജ്ജം

ഇതു തരംഗദൈർഘ്യം കുറഞ്ഞ പ്രകാശരശ്മി കളാണ് അതുകൊണ്ടു തന്നെ അൾട്രാവയലറ്റ് രശ്മികൾക്ക് ഊർജ്ജം കൂടുതലാണ് ഇതു മെർക്കുറി ലാംപ്, ബ്ലാക്ക് ലാംപ് സംവിധാനങ്ങൾ ഉപയോഗിച്ച കൃത്രിമമായി ഉണ്ടാക്കാൻ പറ്റും. കുറ്റാന്വേഷണം, ഫോട്ടോഗ്രഫി, ഇലക്ട്രിക്കൽ വ്യവസായം, വൈദ്യുത ഉപകരണങ്ങൾ എന്നിവയിലെല്ലാം ഉപയോഗിക്കുന്നു..

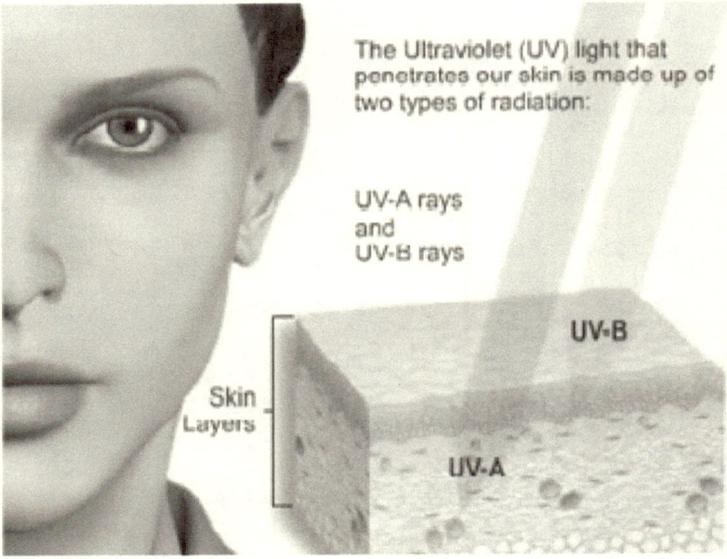

Fig. അൾട്രാവയലറ്റ് രശ്മികൾ

അൾട്രാവയലെറ് പ്രകാശത്തിനു മനുഷ്യനു ദൃശ്യമായ സൂര്യപ്രകാശ ത്തേക്കാൾ കുറഞ്ഞ തരംഗദൈർഘ്യമാണ് ഉള്ളത്. ചില പ്രാണികൾ ക്കു UV പ്രകാശം കാണാൻ പറ്റും

ആൾട്രാവയലെറ്റ് വികിരണത്തിന്റെ പൂർണ സ്പെക്ട്രത്തിന്റെ ഉറവിടമാണ് സൂര്യൻ. ഇവ UV-A, UV-B, UV-C എന്നിങ്ങനെ മൂന്നായി തിരിച്ചിരിക്കുന്നു. ഏറ്റവും ദോഷകരമായ രശ്മികളാണ് UV-C. ഇവയെ അന്തരീക്ഷം പൂർണമായും ആഗിരണം ചെയ്യുന്നു. സൂര്യതാപത്തിനു കാരണമായ ദോഷകരമായ രശ്മികളാണ് UV-B. ഇവയുടെ കൂടിയ എക്സ്പോഷർ ജീവജാലങ്ങളിൽ DNA മാറ്റത്തിനു സാദ്ധ്യത ഉണ്ടാക്കുന്നു.

ഗതികോർജ്ജം(Kinetic Energy)

ഒരു വസ്തുവിന് അതിന്റെ ചലനം മൂലം സിദ്ധമാകുന്ന ഊർജ്ജമാണ് ഗതികോർജ്ജം. നിശ്ചലാവസ്ഥയിൽ നിന്ന് നിലവിലെ പ്രവേഗത്തിലേക്ക് ത്വരിതപ്പെടുത്താൻ ആവശ്യമായ പ്രവൃത്തിയായാണ് ഇതിനെ നിർവ്വചിക്കുന്നത്. വേഗതയിൽ മാറ്റം വരാത്തിടത്തോളം ഇതിനുശേഷം ഗതികോർജ്ജം സ്ഥിരമായി നിൽക്കുന്നു.

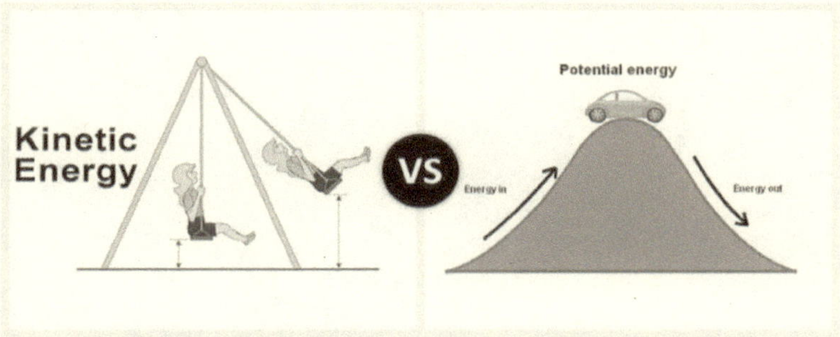

Kinetic Energy vs. Potential Energy

സ്ഥിതികോർജ്ജം (Potential energy)

ഒരു വസ്തുവിനോ അല്ലെങ്കിൽ സംവിധാനത്തിനോ, അതിന്റെ സ്ഥാനം മൂലമോ അല്ലെങ്കിൽ അതിലെ കണികകളുടെ ക്രമീകരണം മൂലമോ ലഭിക്കുന്ന ഊർജ്ജമാണ് സ്ഥിതികോർജ്ജം. ഊർജ്ജത്തിന്റെ SI ഏകകം ജൂൾ ആണ്.

Potential and Kinetic Energy

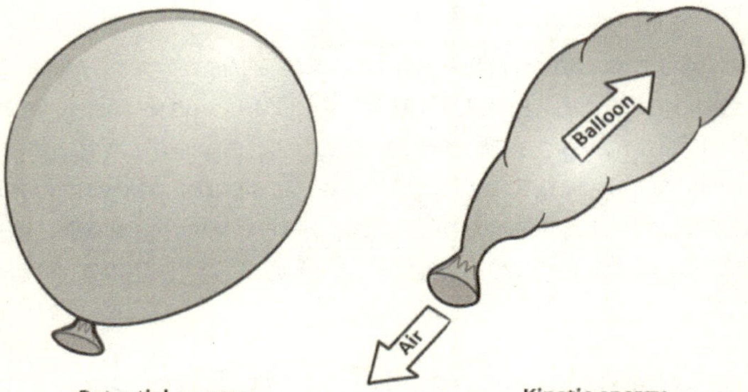

Potential energy

Kinetic energy

ഊർജ്ജസംരക്ഷണം

ഊർജ്ജസംരക്ഷണം കൊണ്ടു ഉദ്ദേശിക്കുന്നത് ഒരു പ്രേത്യേക സേവനത്തിനുള്ള ഊർജ്ജ ഉപയോഗം കുറക്കുക എന്നതാണ്. ക്ലിപ്ത ഊർജ്ജം ഉപയോഗിച്ച് കൂടുതൽ നല്ല പ്രവർത്തനം സാദ്ധ്യമാക്കുകയാണെങ്കിൽ ഊർജ്ജക്ഷമത വർദ്ധിച്ചു എന്നു പറയാം. കൂടുതൽ ഊർജക്ഷമത കൈവരിക്കുന്നതിലൂടെ ആത്യന്തികമായി ഊർജ്ജ സംരക്ഷണം തന്നെയാണ് സാദ്ധ്യമാകുന്നത്. ഊർജ്ജസംരക്ഷണം പരിസരം ശുദ്ധമാക്കാൻ സഹായിക്കുകയും ഊർജ്ജസുരക്ഷക്കും സാമ്പത്തിക സുരക്ഷക്കും ഒരു കാൽവെപ്പായി തീരുകയും ചെയ്യുന്നു.

സമീപകാലത്തു പാരിസ്ഥിതികപ്രശ്നങ്ങൾ പൊതുകാര്യങ്ങളിലും ഗവണ്മെന്റ് തലത്തിലും ഒട്ടേറെ സ്ഥാനം പിടിക്കുന്നുണ്ട്. അനിയന്ത്രിതമായ ഊർജ്ജഉപയോഗവും കൂടിവരുന്നു. പ്രകൃതി വിഭവങ്ങളുടെ ചൂഷണവും പ്രകൃതിയെയും പരിസ്ഥിതിയെയും ദോഷകരമായി ബാധിക്കുന്നുണ്ട്.

കൂടി വരുന്ന ഊർജ്ജഉപയോഗം കൊണ്ടുള്ള ദൂഷ്യഫലങ്ങൾ ലഘൂകരിക്കണമെങ്കിൽ നിലവിലുള്ള ഊർജ്ജക്ഷമത വർദ്ധിപ്പിക്കുകയോ, പരിസ്ഥിതിക്ക് കോട്ടം തട്ടാത്ത വിധത്തിൽ ഊർജ്ജസ്രോതസ്സുകളെ ഉപയോഗപ്പെടുത്തുകയോ ചെയ്യണം. കൂടിയ ഊർജ്ജ ക്ഷമതയും ശരിയായ വിധത്തിലുള്ള ഊർജ്ജമാനേജ്മെന്റും, പരിസ്ഥിതി നാശം ഒരു പരിധിവരെ തടയുന്നതിനും സാമ്പത്തികനേട്ടം ഉണ്ടാക്കാനും സഹായിക്കുന്നു. താഴെ പറയുന്ന മൂന്നു കാര്യങ്ങളാണ് ഈ ലേഖനത്തിൽ വിശകലനം ചെയ്യാൻ ശ്രമിക്കുന്നത്.

1) ഊർജ്ജ ഉപയോഗം പരിസരത്തെ ബാധിക്കുന്നതെങ്ങനെ ?

2) നിത്യ ജീവിതത്തിൽ ഊജ്ജത്തിന്റെ പ്രാധാന്യമെന്തെല്ലാം?

3) ഊർജ്ജവും സാമ്പത്തികവികസനവും. എങ്ങനെ ?

നിത്യജീവിതത്തിൽ ഊർജ്ജത്തിന്റെ പ്രാധാന്യം

ഏതൊരു വീട്ടിലും അന്തരീക്ഷം തണുപ്പിക്കാനായി, ചൂടാക്കാനായി, പാചകം ചെയ്യാനായി, ടെലിവിഷൻ, കമ്പ്യൂട്ടർ തുടങ്ങി ഓരോ ഉപകരണങ്ങൾ പ്രവർത്തിപ്പിക്കാനായി ഊർജ്ജം ആവശ്യമാണ്, പ്രത്യേകിച്ച് വൈദ്യുതഊർജ്ജം. ഏതു തരത്തിലുള്ള ഊർജ്ജമാണെങ്കിലും എല്ലാംതന്നെ വളരെ പ്രാധാന്യമുള്ളതു തന്നെയാണ് (വൈദ്യുതോർജ്ജം, മെക്കാനിക്കൽ എനർജി, താപോർജ്ജം, പ്രകാശ ഊർജ്ജം, വൈദ്യുതകാന്തികോർജ്ജം etc). മനുഷ്യന്റെ ശരീരത്തിന്റെ എല്ലാ പ്രവർത്തനത്തിനും ഊർജ്ജം വേണം. നടക്കാൻ, ഓടാൻ, ജോലി ചെയ്യാൻ, സംസാരിക്കാൻ എന്നു വേണ്ട എല്ലാ പ്രവർത്തനങ്ങൾക്കും ഊർജ്ജം വേണം.

വൈദ്യുതിവിളക്കുകൾ കത്തിക്കാൻ, ട്രാഫിക് വിളക്കുകൾ കത്തിക്കാൻ, ഗാർഹികവും കാർഷികവുമായ ജോലികൾക്കു വേണ്ടി മോട്ടോർ പ്രവർത്തിപ്പിക്കാൻ, വൻകിടയും ചെറുകിടയുമായ യന്ത്രസാമഗ്രഹികൾക്കുവേണ്ടി, മനുഷ്യാധ്വാനം കൊണ്ടു പ്രവർത്തിക്കുന്ന യന്ത്രങ്ങൾക്ക് വേണ്ടി തുടങ്ങി നിത്യജീവിതത്തിൽ ഊർജത്തിന്റെ ആവശ്യം ഒഴിച്ചുകൂടാത്തതാണ്.

ഈ കാരണങ്ങൾ തന്നെയാണ് ഊർജ്ജത്തെ സാമ്പത്തികപ്പുരോഗതിക്കും മനുഷ്യവളർച്ചക്കും അത്യന്താപേക്ഷിതമായ ഘടകമാക്കുന്നത്. സാമ്പത്തിക വളർച്ചക്കും, മനുഷ്യപുരോഗതിക്കും വേണ്ട ഏറ്റവും പ്രധാനപ്പെട്ട ഘടകമായി ആഗോളതലത്തിൽ ഊർജ്ജത്തെ കണക്കാക്കുന്നു..

ഊർജ്ജവും സാമ്പത്തിക വളർച്ചയും

:ഊർജ്ജം സാമ്പത്തിക വളർച്ചക്ക് അത്യന്താപേക്ഷിതമാണ്, വികസിത രാജ്യങ്ങളിൽ സാമ്പത്തിക വളർച്ചക്കുവേണ്ടി കൂടുതൽ ഊർജ്ജം ഉപയോഗിക്കുന്നു. ആളോഹരി ഊർജ്ജഉപയോഗം വികസനത്തിന്റെ ഒരു മാനദണ്ഡമായാണ് കണക്കാക്കുന്നത്. പക്ഷെ, ഒരു കാര്യം തീർച്ചയാണ്, സാമ്പത്തിക വളർച്ചക്കു വേണ്ടിയുള്ള ശ്രമത്തിൽ ചെലവ് കുറഞ്ഞതും പരിസരസൗഹൃദവുമായ ഊർജ്ജത്തിനുള്ള സ്ഥാനം വളരെ വലുതാണ്. പലപ്പോഴും ഊർജ്ജത്തിന്റെ ദൗർലഭ്യവും ഉൽപ്പാദനച്ചെലവ് വർദ്ധനയും സാമ്പത്തിക വളർച്ചക്ക് വിലങ്ങുതടിയാവുന്നുണ്ട്.

Recycle, Reduce, Reuse (പുനരുല്പാദനം, ഉപയോഗം കുറക്കൽ പുനർ ഉപയോഗം):

മുകളിൽ സൂചിപ്പിച്ച വാക്കുകൾ, പ്രത്യേകിച്ച് മാലിന്യ നിർമ്മാർജ്ജനത്തിന്റെ കാര്യത്തിൽ പ്രസക്തമാണ്. പലതരത്തിലുള്ള അവശിഷ്ടങ്ങൾ ഊർജ്ജഉല്പാദനത്തിന് ഉപയോഗിക്കാൻ പറ്റും. അവശിഷ്ടങ്ങൾ പ്രത്യേകിച്ച് ജൈവ അവശിഷ്ടങ്ങൾ ഊർജ്ജ ഉല്പാദനത്തിനോ വളമുണ്ടാക്കാനോ ഉപയോഗിക്കാം ചില പ്ലാസ്റ്റിക് വെയിസ്റ്റും ഇലക്ട്രോണിക് വെയിസ്റ്റും പുനരുല്പാദനത്തിനു ഉപയോഗപ്പെടുത്താം. അതുപോലെതന്നെ മറ്റു ചിലതരം കവറുകളും ബോക്സ്കളും പുനർഉപയോഗിക്കാൻ പറ്റും. കൂടിവരുന്ന പ്ലാസ്റ്റിക് അവശിഷ്ടങ്ങൾ കണക്കിലെടുത്തു പ്ലാസ്റ്റിക് കവറുകളുടെ ഉപയോഗം കുറക്കുകയും അതിനു പകരമായി കടലാസ് പോലുള്ള വസ്തുക്കൾ ഉപയോഗിച്ച് കവറുകൾ ഉണ്ടാക്കേണ്ടിയിരിക്കുന്നു.

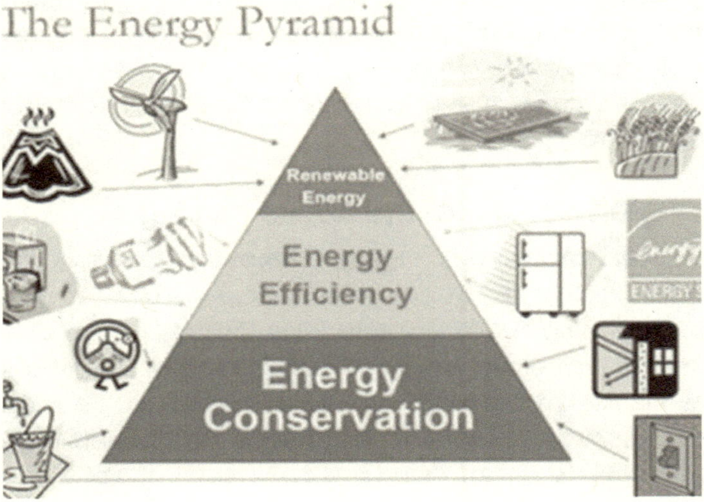

ഊർജ്ജ സ്രോതസ്സുകളും ഉർജ്ജസംരക്ഷണവും

ഇന്ന് ഊർജ്ജആവശ്യങ്ങൾക്കായി ഏറ്റവും കൂടുതൽ ഉപയോഗിക്കുന്നത് ഖനീജ ഇന്ധനകളെയാണ്. (Fossil fuel). (കൽക്കരി, പെട്രോളിയം, പ്രകൃതിവാതകം തുടങ്ങിയവ). ഭൂരിഭാഗം ഖനീജ ഇന്ധനവും 60 കൊല്ലത്തിനകം തീർന്ന പോകാനിടയുണ്ട്. അതുകൊണ്ടു ദീർഘകാലാടിസ്ഥാനത്തിൽ അവയെ ആശ്രയിക്കാൻ പറ്റില്ല. ഉർജ്ജ സംരക്ഷണം ഫോസ്സിൽ ഇന്ധനങ്ങളുടെ നിലനിൽപ് കുറച്ചു കാലത്തേക്ക് കൂടി ദീർഘിപ്പിക്കും. അതുകൊണ്ടു തന്നെ ഫോസ്സിൽ ഇന്ധനങ്ങളുടെ ഉപയോഗം കുറച്ചു കൊണ്ടുവരികയും പുതുക്കപ്പെടുന്ന (Renewable) ഉർജ്ജസ്രോതസ്സുകളായ സൗരോർജ്ജം (Solar), പവനോർജ്ജം (wind energy) തുടങ്ങിയവയെ കൂടുതൽ ആശ്രയിക്കേണ്ടതുമുണ്ട്..

ഊർജ്ജസംരക്ഷണവും അന്തരീക്ഷസംരക്ഷണവും

കേരളത്തിൽ വൈദ്യുതിയുടെ മൂന്നിൽ രണ്ടു ഭാഗം ലഭിക്കുന്നത് താപവൈദ്യുതിനിലയങ്ങളിൽ നിന്നാണ്. (ഇതു കേന്ദ്രപൂളിൽ നിന്ന് കേരളവിഹിതമായി ലഭിക്കുന്നതാണ്). ഓരോ യൂണിറ്റ് വൈദ്യുതി സംരക്ഷിക്കുമ്പോഴും കൽക്കരിയുടെ ഉപയോഗം 413 ഗ്രാം കണ്ടുകുറയുകയും

അന്തരീക്ഷത്തിൽ വിടുന്ന കാർബൺ ഡൈ ഓക്സൈഡിന്റെ അളവ് 1.09കിലോഗ്രാമും സൾഫർ ഡൈ ഓക്സൈഡിന്റെ (So2) അളവ് 16 ഗ്രാം കണ്ടു കുറയുകയും ചെയ്യുന്നു.

അതായത്തു വൈദ്യുതിസംരക്ഷണം കൊണ്ടു ക്ഷയിച്ചു കൊണ്ടിരിക്കുന്ന കൽക്കരി, പെട്രോളിയം, പ്രകൃതിവാതകം എന്നിവ കുറെ നാളത്തേക്കു കൂടി ലഭ്യമാക്കാനും അന്തരീക്ഷ ഊഷ്മാവു കൂടുന്നതിന്റെയും അന്തരീക്ഷമലിനീകരണത്തിന്റെയും നിരക്ക് കുറക്കാനും സാധിക്കുന്നു.

വൈദ്യുതി പ്രസരണനഷ്ടം കുറക്കുന്നതിലൂടെ സംരക്ഷിക്കപ്പെടുന്ന വൈദ്യുതി ഉല്പാദിപ്പിക്കുന്നതിനേക്കാൾ ലാഭകരമാകുന്നതെങ്ങിനെ? കേരളത്തിലെ ഉല്പാദിപ്പിക്കുന്നത് മുതൽ ഉപയോഗിക്കുന്നിടം വരെയുള്ള പ്രസരണ-വിതരണ നഷ്ടവും മറ്റും നോക്കുമ്പോൾ ഏതാണ്ട് 50% വൈദ്യുതി നഷ്ടപ്പെടുന്നുവെന്നു കരുതുക. അതായത്തു ഒരു യൂണിറ്റ് ഉപഭോക്താവിന്റെ പക്കലെത്താൻ ഏകദേശം 2 യൂണിറ്റ് ഉല്പാദിപ്പിക്കുന്നതിനു സമമാണ്. ഊർജ്ജ സംരക്ഷണത്തിനായി പ്രസരണവിതരണ നഷ്ടം കുറച്ചുകൊണ്ടു വരേണ്ടത് അത്യാവശ്യമാണ്.

മെച്ചപ്പെട്ട ഗ്രിഡ് സംവിധാനവും SCADA (Superviosry Control and Data Aquisition) സംവിധാനം ഉപയോഗിച്ചുള്ള ഊർജ്ജമാനേജ്മെന്റും, ഊർജ്ജനഷ്ടം കുറച്ചുകൊണ്ടുവരാൻ സഹായിക്കുന്നു.

കറന്റ് ബിൽ എങ്ങനെ കുറയ്ക്കും? ഊർജ്ജസംരക്ഷണം വഴി വൈദ്യുതി ഉപയോഗം 20% മുതൽ 30% വരെ

കുറക്കാനും അതു വഴി വൈദ്യുതി ചാർജ്30% ത്തിനടുത്തു ലഭിക്കാനും കഴിയും.

സാധാരണ പഴയ കാല ബൾബുകൾ(Incandescent) ഉപയോഗിക്കാതിരിക്കുക.

കഴിവതും CFL(Compact Flourescent Lamp)കൾ മാറ്റി LED (Light Emitting Diode) ബൾബുകളാക്കുക. ട്യൂബ് ലൈറ്റുകൾ LED ട്യൂബുകൾ ആക്കിയാൽ നല്ലത്.

ഉപയോഗം കഴിഞ്ഞാൽ ഇലക്ട്രിക് ഉപകരണങ്ങൾ, ബൾബുകൾ എന്നിവ സ്വിച്ച് ഓഫ് ചെയ്യുക. ബൾബുകളിലെ ഷെയിഡിലെ (Shade) പൊടി തുടക്കുക.

പകൽ സമയത്തു പ്രകൃതിദത്തമായ വെളിച്ചവും കാറ്റും ലഭിക്കത്തക്കവിധം ജനാലകൾ തുറന്നിടുക.

രാത്രികാലങ്ങളിൽ വീടിനു പുറത്തുള്ള ലൈറ്റുകൾ ആവശ്യത്തിന് മാത്രം ഉപയോഗിക്കുക.

വീടിനകത്തെ ചുമരുകളിൽ ഇളം നിറത്തിലോ വെളുത്തതോ ആയ പെയിന്റ് ഉപയോഗിക്കുക.

വൈദ്യുതി ഉപകരണങ്ങൾ വാങ്ങുമ്പോൾ പവർ റേറ്റിങ്ങും വൈദ്യുതി ഉപയോഗവും ശ്രദ്ധിക്കുക. ഫ്രിഡ്ജ്, മോട്ടോർ പമ്പ്, ഫാൻ, LPG stove, ടെലിവിഷൻ എന്നീ ഉപകരണങ്ങൾ B.E.E യുടെ സ്റ്റാർ ലേബൽ ഉള്ളവ ലഭ്യമാണ്. അവ വാങ്ങിക്കാൻ ശ്രദ്ധിക്കുക. മറ്റു ഉപകരണങ്ങൾ ISI മുദ്രയുള്ളവ തിരഞ്ഞെടുക്കുക.

ഊർജ്ജ സംരക്ഷണം താഴെ പറയുന്ന വിവിധ മേഖലകളിൽ എങ്ങനെയെല്ലാമാണ് നടപ്പാക്കുകയെന്നു പരിശോധിക്കാം.

1) ഊർജ്ജസംരക്ഷണം, പാർപ്പിടങ്ങളിലും പൊതു സ്ഥലങ്ങളിലും.

2) ഊർജ്ജസംരക്ഷണം ഗതാഗത മേഖലയിൽ.

3) ഊർജ്ജസംരക്ഷണം ഗതാഗതമേഖലയിൽ.

4) ജലസംരക്ഷണം

ഊർജ്ജ സംരക്ഷണം പാർപ്പിടങ്ങളിലും പൊതുസ്ഥലങ്ങളിലും

ഊർജ്ജക്ഷമത കൂടുതലായ ഉപകരണങ്ങൾ ഉപയോഗിക്കുന്നതിലൂടെ 40% വരെ വൈദ്യുതിബിൽ കുറക്കാൻ പറ്റും. പരിസ്ഥിതി സൗഹൃദവും സാമ്പത്തിക ലാഭവുമുള്ള ഊർജ്ജസംരക്ഷണ ആസൂത്രണമാണ് വീടുകളിൽ വേണ്ടത്. അതിനായി അമിതമായ ഊർജ്ജം എന്തിനെല്ലാമാണ് ഉപയോഗിക്കുന്നത്, അനാവശ്യമായ ഊർജ്ജം എവിടെയെല്ലാമാണ് ഉപയോഗിക്കുന്നത് എന്ന് കണ്ടെത്തി, അതിനനുസരിച്ച ആസൂത്രണം ചെയ്യണം. ദക്ഷത കൂടിയ ഉപകരണങ്ങൾ ഉപയോഗിക്കണം.

ഗൃഹങ്ങളിലുപയോഗിക്കുന്ന പ്രധാനപ്പെട്ട ഉപകരണങ്ങളിൽ എങ്ങനെയെല്ലാം ഊർജ്ജസംരക്ഷണം നടപ്പാക്കാമെന്ന് പരിശോധിക്കാം.

ഉപയോഗിക്കുന്ന വൈദ്യുതിയുടെ 50%ത്തിൽ കൂടുതൽ ഗാർഹിക വാണിജ്യമേഖലയിലാണ് ഉപയോഗിക്കുന്നത്. തന്മൂലം വൈകുന്നേരം 6 മണി മുതൽ 10 മണി വരെ വളരെയധികം ഊർജ്ജം ഉപയോഗിക്കപ്പെടുന്നു. ഈ സമയത്ത് കൂടുതൽ വൈദ്യുതി ഉപയോഗിക്കുന്ന വെറ്റ് ഗ്രൈൻഡർ, മിക്സി, വാഷിംഗ് മെഷീൻ, ഇസ്തിരിപെട്ടി, ഹോട്ട് പ്ലേറ്റ്, വാട്ടർ ഹീറ്റർ, വാട്ടർ പമ്പ് എന്നിവ ഉപയോഗിക്കാതിരിക്കുക.

<u>ഇൻകാൻസസന്റ് ബൾബുകൾ, CFL, LED Bulbs താരതമ്യം</u>

ഊർജ്ജക്ഷമതയും ഊർജ്ജച്ചെലവും	LED	Incandescent Bulb	CFL
ഉപയോഗകാലം Life Span	50000hrs	1200 hrs	8000 hrs
വൈദ്യുതി ഉപയോഗം Electricity consumption	6-8 watts	60watts	13-15watts
പാരിസ്ഥിതിക ആഘാതം Environmental impact	LED	ഇൻകാൻസസന്റ് ബൾബുകൾ	CFL
Contains Toxic Mercury (ടോക്സിക് മെർക്കുറി)	No	No	YES
Carbon di oxide emission(30 Bulb/year) (Co_2വികിരണം)	451 Pounds/year	4500 Pounds/year	1051 Pounds/year
Light Output(Lumen) (പ്രകാശജ്ജ്വലത)	LED (watts)	ഇൻകാൻസസന്റ് ബൾബുകൾ	CFL(watts)
450	4-5	40	9-13
800	6-8	60	13-15
1000	9-13	75	18-25
1600	16-20	100	23-30
2600	25-28	150	30-35

<u>NB:</u> മുകളിൽ കാണിച്ചിരിക്കുന്ന വിവരങ്ങൾ ഏകദേശ ധാരണക്ക് വേണ്ടിയാണ്. നിർമ്മാതാക്കൾക്കും നിർമ്മാണപ്രക്രിയക്കുമനുസരിച്ച് വിവരങ്ങളിൽ ചെറിയ മാറ്റങ്ങളുണ്ടാകാം.

a) വൈദ്യുതവെളിച്ചം

പഴയതരം ബൾബുകൾ (Incandescent bulbs) വൈദ്യുതിയുടെ പത്തു തൊട്ട് പതിനഞ്ച് ശതമാനം മാത്രമാണ് വെളിച്ചമായി മാറ്റുന്നത്. ബാക്കിയുള്ള ഊർജ്ജം ചൂടായി നഷ്ടപ്പെട്ടു കൊണ്ടിരിക്കുകയാണ്. CFL ഉം LED ബൾബുകളും കൂടുതൽ ഈട് നിൽക്കുകയും ഒരു ല്യൂമെൻ (പ്രകാശത്തിന്റെ യൂണിറ്റ്)

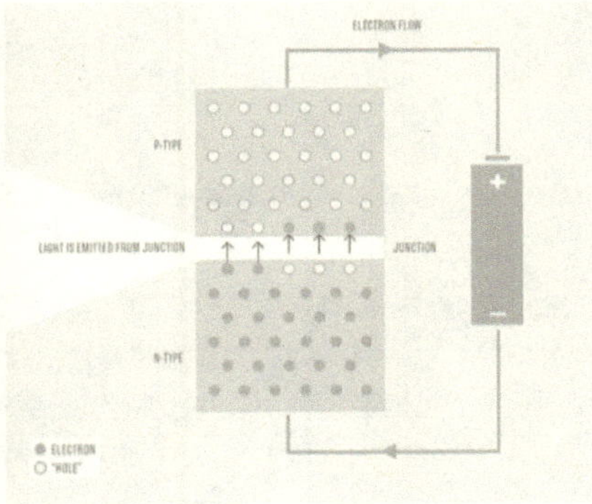

LED BULB

പ്രകാശത്തിനു incandescent ബൾബുകളുമായി താരതമ്യം ചെയ്താൽ യഥാക്രമം ആറിലൊന്നും പത്തിലൊന്നും വൈദ്യുതി മാത്രം മതി. 100 വാട്ടിന്റെ ഇൻകാൺഡസെന്റ് ബൾബിനു പകരമായി 18വാട്ടിന്റെ CFL tem 9 വാട്ടിന്റെ LED ബൾബോ ഉപയോഗിച്ചാൽ അത്രയും പ്രകാശം കിട്ടും.

LED ബൾബുകളുടെ ആയുസ്സ് 50000 മണിക്കൂറിൽ കൂടുതലാണ് പല നിർമിതാക്കളും കണക്കാക്കുന്നത്. ഇതു പ്രകാരം ബൾബ് ഒരു ദിവസം 5 മണിക്കൂർ ഉപയോഗിക്കുമെന്ന് കണക്കാക്കിയാൽ 27 വർഷത്തോളം ബൾബ് ഈട് നിൽക്കാം. CFL ലും ട്യൂബ് ലൈറ്റിലുമുള്ള മെർക്കുറി അംശം കൊണ്ടുള്ള ദൂഷ്യവുമില്ല. ട്യൂബ് ലൈറ്റുകൾ LED ട്യൂബുകളാക്കി മാറ്റാവുന്നതാണ്

b) ഫാനുകൾ

ഇലക്ട്രോണിക് റെഗുലേറ്റർ ഉപയോഗിക്കാൻ ശ്രമിക്കുക. ശരാശരി വേഗതയിൽ പ്രവർത്തിപ്പിക്കുക

വാട്ടേജ് കുറഞ്ഞ ഫാനുകൾ വാങ്ങിക്കുവാൻ ശ്രദ്ധിക്കുക. അമിത ഭാരമുള്ള ഫാനുകൾ ഉപയോഗിക്കാതിരിക്കുക.

വില കുറഞ്ഞതും പഴക്കം ചെന്നതുമായ ഫാനുകൾ ഉപേക്ഷിക്കുക

c) റഫ്രിജറേറ്റർ

ആവശ്യത്തിനു മാത്രം വലിപ്പമുള്ള റഫ്രിജറേറ്റർ തിരഞ്ഞെടുക്കുക

ഫ്രോസ്റ്റ് ഫ്രീ റഫ്രിജറേറ്ററുകളുടെ വൈദ്യുതി ഉപയോഗം കൂടുതലാണ്. ആവശ്യമെങ്കിൽ മാത്രം അത്തരം റഫ്രിജറേറ്ററുകൾ ഉപയോഗിക്കുക.

കണ്ടെൻസർ കോയിൽ വഴി ചൂട് പുറത്തേക്കു വിടുന്നതിനാൽ പുറകിലും വശങ്ങളിലും ആവശ്യത്തിനു സ്ഥലം വിടുക.

റഫ്രിജറേറ്റർ വാതിലുകൾ ഭദ്രമായി അടക്കാൻ ശ്രമിക്കുക

ആഹാരസാധനങ്ങൾ ചൂടാറിയ ശേഷം മാത്രം അകത്തു വെക്കുക.

ഫ്രീസർ ഇടക്കിടക്ക് ഡീഫ്രോസ്റ്റ് ചെയ്യുക.

വോൾടേജ് കുറവുള്ള വൈകുന്നേരം 8 മണി മുതൽ 10 മണിവരെ റഫ്രിജറേറ്ററുകൾ സ്വിച്ച് ഓഫ് ചെയ്യാൽ നല്ലത്.

d) ഇസ്തിരിപ്പെട്ടി

വസ്ത്രങ്ങൾ ഒരുമിച്ച ചേർത്തു ആഴ്ചയിൽ ഒന്നോ രണ്ടോ തവണ മാത്രം ഇസ്തിരി ഇടുക.

e) മിക്സി

ആവശ്യാനുസരണം മാത്രം സാധനങ്ങൾ നിറക്കുക.

സാധനങ്ങൾ കുത്തി നിറക്കാതിരിക്കുക. ഓവർ ലോഡ് റിലേ ഉള്ളത് നല്ലത്.

f) വാഷിംഗ് മെഷീൻ

വെള്ളം ചൂടാക്കി ഉപയോഗിക്കുന്ന തരം വാഷിംഗ് മെഷീനുകൾ വൈദ്യുതി കൂടുതൽ ഉപയോഗിക്കും കേരളത്തിലെ കാലാവസ്ഥക്ക് ഇവ ആവശ്യമില്ല.

എന്നുമുള്ള ഉപയോഗം കഴിവതും കുറക്കുക.

g) വാട്ടർ പമ്പ്

പമ്പിന്റെ ശേഷി ആവശ്യത്തിനു മാത്രം ഉള്ളതായിരിക്കണം. കടക മാർക്കുള്ള പമ്പുകൾ ഉപയോഗിക്കുക. പമ്പ് മോട്ടോർ സുരക്ഷിതമായി എർത്ത് ചെയ്തിരിക്കണം.

h) പ്രഷർ കുക്കർ, ഗ്യാസ് അടുപ്പ് തുടങ്ങിയവ

ഗ്യാസ് അടുപ്പ് ഉപയോഗിക്കുമ്പോൾ നീല ഫ്ളെയിമിൽ ചൂട് കൂടുതൽ ലഭ്യമായിരിക്കും അതിനാൽ നീല ഫ്ളെയിമിൽ അടുപ്പ് കത്തിക്കണം അതുപോലെ പ്രഷർ കുക്കറുപഗോഗിച്ച പാകം ചെയ്യുമ്പോൾ ഇന്ധനലാഭം ഉണ്ടാകും.

i) പുകയില്ലാത്ത അടുപ്പ്, ബയോഗ്യാസ് സ്റ്റോവ്, മൈക്രോവേവ് ഓവൻ

ഇന്നത്തെ ഇന്ധനവിലയും വൈദ്യുത ഊർജ്ജത്തിന്റെ വിലയും താരതമ്യം ചെയ്യുമ്പോൾ ബയോമാസ്സ് ഉപയോഗിച്ചുള്ള സംവിധാനങ്ങൾ, പുകയില്ലാത്ത അടുപ്പ്, ബയോഗ്യാസ് സ്റ്റോവ് (stove) എന്നിവ തന്നെയാണ് കൂടുതൽ അഭികാമ്യം. എന്നാൽ ഇതിനൊന്നും സാഹചര്യമില്ലാത്ത സ്ഥലങ്ങളിൽ ഓവൻ, മൈക്രോവേവ് ഓവൻ എന്നിവ പാചകത്തിനായി ഉപയോഗിക്കേണ്ടി വരും

ഓവൻ ഉപയോഗിക്കുമ്പോൾ ഊർജ്ജസംരക്ഷണത്തിനു വേണ്ടി താഴെ പറയുന്ന കാര്യങ്ങൾ ശ്രദ്ധിക്കണം.

1) മൈക്രോവേവ് ഓവൻ പരമ്പരാഗതമായ ഓവനെക്കാൾ 50% കുറവ് ഊർജ്ജമേ ഉപയോഗിക്കുകയുള്ളൂ.

2) ആവശ്യത്തിനുമാത്രം വെള്ളം ഉപയോഗിക്കുക.

3) കൂടിയ ചൂടിൽ കുക്കിംഗ് ആരംഭിച്ച തിളച്ചതിനു ശേഷം ക്രമേണ കുറക്കുക.

4) കഴിയുന്നതും ആവശ്യമുള്ള അളവ് ഒരുമിച്ച പാചകം ചെയ്യുക.

5) ഓരോ തവണയും ഡോർ തുറക്കുമ്പോൾ 4-5 ഡിഗ്രി കുറയും. അതുകൊണ്ടു പാചകത്തിന് മുൻപ് ഓവൻ സെൽഫ് ശരിയായവിധത്തിൽ ക്രമീകരിക്കുക.

6) ബേക്ക് ചെയ്യാൻ preheat ചെയ്യുമ്പോൾ preheat സമയം ശരിയായി set ചെയ്യണം.

ഊർജ്ജക്ഷമതയുള്ള വീടുകളും സംവിധാനങ്ങളും

ദിവസന്തോറും ഊർജ്ജാവശ്യം വർദ്ധിച്ചുവരികയാണ്. അതോടൊപ്പം ഊർജ്ജച്ചെലവും വർദ്ധിക്കുന്നു. അതുകൊണ്ടു തന്നെ ഊർജ്ജസംരക്ഷണം എന്ന ലക്ഷ്യത്തോടെ ഊർജ്ജക്ഷമതയുള്ള സാമഗ്രഹികൾ വികസിപ്പിച്ചെടുക്കേണ്ട ആവശ്യമുണ്ട്

Echo House (പരിസ്ഥിതി സൗഹൃദയ വീടുകൾ)

താമസിക്കാനുള്ള കെട്ടിടം താഴെ പറയുന്നവയെല്ലാം ഉൾപ്പെടുത്തിയാൽ തീർച്ചയായും പരിസ്ഥിതി സൗഹൃദമായ വീടായിത്തീരും.

1) ഭൂമിക്കടിയിൽ സ്ഥാപിച്ചിട്ടുള്ള മഴവെള്ള സംരക്ഷണികൾ

2) മേൽക്കൂരയോടനുബന്ധിച്ചുള്ള സോളാർ വാട്ടർ ഹീറ്റർ

3) സൗരോർജ്ജപാനലും അനുബന്ധിച്ചുള്ള ഉല്പാദനവും

4) സോളാർ ഹീറ്റർ, ജനലിനോടനുബന്ധിച്ചുള്ള retractable solar heater/കുക്കർ എന്നിവ.

5) അകത്തളം വഴിയുള്ള വായുപ്രവാഹം

6) ചൂടാറാപ്പെട്ടി

ഭക്ഷണപദാർത്ഥങ്ങൾ മണിക്കൂറുകളോളം ചൂടാറാതെ നില നിൽക്കുന്നു. അരിവേവിക്കുമ്പോൾ തിളച്ച ഉടനെ ചൂടാറാപ്പെട്ടിയിൽ വെച്ചാൽ 30/45 മിനുറ്റുകൾക്കകം വെന്തു കിട്ടും ഇതു വഴി ഇന്ധനം ലാഭിക്കാം.

പുകയില്ലാത്ത അടുപ്പ് (പരിഷത്ത് അടുപ്പ് കാണുക)

പരമ്പരാഗതമായ അടുപ്പുകളിൽ ഇന്ധനക്ഷമത വളരെ കുറവാണ്. അടുപ്പിൽ വിറകുകത്തിക്കുമ്പോഴുണ്ടാകുന്ന ചൂടിന്റെ 90% വും ഭക്ഷണം പാകപ്പെടുത്താൻ ലഭ്യമാകാതെ പോകുന്നു. മെച്ചപ്പെട്ട വിറകടുപ്പുകൾക്കു (പുകയില്ലാത്ത അടുപ്പ്) വിറകുപയോഗം മൂന്നിലൊന്നായി കുറക്കാൻ കഴിയുന്നു.

BIOGAS UNIT

8) ബയോഗ്യാസ് പ്ലാന്റ്

ബയോഗ്യാസ് പ്ലാന്റ് ഉപയോഗിച്ച് വീടുകളിൽ മാലിന്യം സംസ്കരിക്കാനും, അതോടൊപ്പം പാചകം ചെയ്യാനാവശ്യമായ ബയോഗ്യാസ് ലഭിക്കാനും, കൃഷിക്കാവശ്യമായ ജൈവവളം ലഭിക്കാനും സഹായിക്കുന്നു.

കോർപറേഷനുകൾ, മുൻസിപ്പാലിറ്റികൾ, പഞ്ചായത്തുകൾ എന്നിവ കേന്ദ്രീകരിച്ച വൻതോതിലുള്ള ബയോഗ്യാസ് പ്ലാന്റുകൾ സ്ഥാപിക്കുകയാണെങ്കിൽ ലഭിക്കുന്ന ബയോഗ്യാസ് ഉപയോഗിച്ച് ചെറിയ തോതിലുള്ള Boilerകൾ പ്രവർത്തിപ്പിക്കാനും അതിലൂടെ വൈദ്യുതി ഉല്പാദനം നടത്താനും പറ്റും

Fig ലൈറ്റ് ട്യൂബുകൾ ബിൽഡിങ്ങിനകത്ത്

സൂര്യപ്രകാശം വീട്ടിനകത്ത്

പണ്ടു കാലം തൊട്ടേ വീടിന്റെ മേൽക്കൂരയിൽ വെച്ച ഗ്ലാസ് വഴി പ്രകാശം അകത്തേക്ക് കടത്തിവിട്ടമായിരുന്നല്ലോ! പുതിയ തരം വീടുകൾ വന്നപ്പോൾ ഇത്തരം ഗ്ലാസ്സുകൾ സ്ഥാപിക്കുക പ്രതിബന്ധമായി. സൂര്യപ്രകാശം എങ്ങനെ വീട്ടിനകത്തു സമർത്ഥമായി ഉപയോഗിക്കാം എന്ന അന്വേഷണത്തിന്റെ ഭാഗമായാണ് ലൈറ്റ് ട്യൂബുകൾ എന്ന ആശയം ഉടലെടുത്തത് (പ്രകാശം ടണൽ വഴി കടത്തിവിട്ട് ആവശ്യമുള്ള സ്ഥലത്തു ഉപയോഗിക്കുന്ന രീതി). ലൈറ്റ് ട്യൂബിൽ ആവശ്യത്തിന് അനുസരിച്ച ഓപ്പണിഗ് കൊടുത്തു ഉപയോഗിക്കാൻ പറ്റും.

പ്രകാശ ട്യൂബുകൾ ചൂടിനെ തടഞ്ഞു പ്രകാശം മാത്രം കടത്തിവിടുന്ന തരത്തിൽ നിർമ്മിക്കുന്നതിന് സാധ്യതയുണ്ട്. വീടുകൾക്കും, പൊതുസ്ഥാപനങ്ങൾക്കും പകൽ സമയത്ത് ആവശ്യമായ പ്രകാശം ലഭിക്കുന്ന വിധത്തിൽ ഈ സംവിധാനത്തെ ഉപയോഗിക്കാൻ കഴിയും. ഇതു വഴി മുൻപറഞ്ഞ സ്ഥലങ്ങളിലെ പകൽ സമയത്തെ വൈദ്യുതി ഉപയോഗം ഗണ്യമായി കുറക്കാം

ഊർജ്ജസംരക്ഷണം വ്യവസായങ്ങളിൽ

ഊർജ്ജസംരക്ഷണം എന്നത് ഊർജ്ജഉപയോഗം കുറക്കുക എന്നതു തന്നെയാണ്. വ്യവസായങ്ങളിൽ ഉപകരണങ്ങളുടെയും യന്ത്രങ്ങളുടെയും ഊർജ്ജ ക്ഷമത എന്നതു വളരെ പ്രാധാന്യം തന്നെയാണ്. ഊർജക്ഷമത വർധിക്കുന്നതിലൂടെ ക്ലിപ്തപ്രവർത്തനം ലഭിക്കുന്നതിനുള്ള ഊർജ്ജ ഉപയോഗം കുറയുന്നു

ഫാക്ടറികളിലും വ്യവസായസ്ഥലങ്ങളിലും ഊർജ്ജസംരക്ഷണം നടപ്പാക്കുന്നതിന്റെ ചില ഘട്ടങ്ങൾ :-

1) Auditing and continuous monitoring (കണക്കു പരിശോധനയും തുടർച്ചയായ മേൽനോട്ടവും)

2) Process improvement (ഉല്പാദനരീതി മെച്ചപ്പെടുത്തുക)

ഉല്പാദന രീതി മെച്ചപ്പെടുത്തുക വഴി ഊർജ്ജസംരക്ഷണത്തിനും ഉല്പാദനവളർച്ചക്കും കാരണമാകുന്നു.

3) ഭേദപ്പെട്ട അളവ് ഉപകരണങ്ങളും കണ്ട്രോളും (Improved measuring instruments and control)

പുതിയ സാങ്കേതിക വിദ്യയും ഊർജ്ജക്ഷമതയുള്ള ഉപകരണങ്ങളും നവീകരിച്ച പ്രൊസെസ്സും ഊർജ്ജസംരക്ഷണത്തിനു സഹായിക്കും

4) Load shedding ഉം ഊർജ്ജ മാനേജമെന്റും :-

SCADA യുടെ സഹായത്തോടെ ലോഡ് ഷെഡിങ്ങും ഊർജ്ജ മാനേജ്മെന്റും നടപ്പാക്കുമ്പോൾ നല്ലൊരു ശതമാനം ഊർജ്ജ സംരക്ഷണം നടത്താൻ പറ്റും.

5) ഇലക്ട്രോണിക് സംവിധാനത്തിൽ പ്രവർത്തിക്കുന്ന സോഫ്റ്റ് സ്റ്റാർട്ടർ (Soft Starter)

മോട്ടോറും മറ്റു ഇലക്ട്രിക് യന്ത്ര സംവിധാനവും പ്രവർത്തിപ്പിക്കാൻ വളരെ കൂടുതൽ സ്റ്റാർട്ടിങ് കറന്റ് ആവശ്യമാണ്. ഇലക്ട്രോണിക് സംവിധാനം ഉപയോഗിച്ചുള്ള soft shorter വഴി സ്റ്റാർട്ടിങ് കറന്റ് വളരെയധികം കുറക്കാൻ കഴിയും

6) ഊർജ്ജനഷ്ടം കുറക്കാൻ:-

ഓരോ ദിവസവും പല കാരണങ്ങളാലും വളരെയധികം ഊർജ്ജം നഷ്ടപ്പെട്ടുകൊണ്ടിരിക്കയാണ്. രാസവ്യവസായ ശാലകളിലും എണ്ണശുദ്ധീകരണശാലകളിലും താഴെ പറയുന്ന സംവിധാനങ്ങൾ വഴി ഊർജ്ജസംരക്ഷണം നടത്താം :-

1) ചില തരം ഫ്യൂവൽ/ കെമിക്കൽ ടാങ്കുകളിൽ തെർമൽ ആവരണം.

2) സെറാമിക് സീലിങ്ങുള്ള ഫർണസ്സുകൾ

3) ഫർണസ്സുകളിൽ ഇന്ധനവും വായുവും ശരിയായ ഓട്ടോമാറ്റിക് രീതിയിൽ മിശ്രിതം ചെയ്തു കത്തിക്കുന്ന രീതി. കത്താത്ത കാർബൺ കണികകൾ കുറക്കാനും ഇന്ധന ക്ഷമത കൂട്ടാനും ഇതു വഴി കഴിയുന്നു.

4) ആവശ്യത്തിനു അനുസരിച്ച് steam tracing വെച്ചോ Electrical tracing കൊടുത്തോ ഉള്ള ദ്രാവക ഇന്ധന പൈപ്പ് ലൈനുകൾ

7) Optimised production (ഏറ്റവും മെച്ചമായ ഉല്പാദനം) നൂതനമായ ഓട്ടോമേഷൻ സംവിധാനങ്ങൾ ഉപയോഗിച്ച് തടസ്സമില്ലാതെ ലഭിക്കുന്ന raw മെറ്റീരിയൽസ് ഉം മറ്റു input കളും യന്ത്രസംവിധാനങ്ങളും ഉപയോഗിച്ച് ഉയർന്ന തോതിലുള്ള ഉല്പാദനം ലഭിക്കുന്ന രീതിയാണ് optimisation. ഏതു തരത്തി

ല്പള്ള വ്യവസായമാണോ അതിനനുസരിച്ചുള്ള സോഫ്റ്റ്വെയർ പാക്കേജ്, ഇത്തരത്തിലുള്ള കൺട്രോൾ ഒപ്റ്റിമൈസേഷൻ (optimisation) നടപ്പാക്കാൻ ലഭ്യമാണ്. ഇതും ഒരു ഊർജ്ജ സംരക്ഷണപ്രവർത്തനം തന്നെയാണ്.

8) പവർ ഫാക്ടർ (power factor) മെച്ചപ്പെടുത്തുന്നത് ഒരു ഊർജ്ജസംരക്ഷണ പ്രവർത്തനം :

പവർ ഫാക്ടർ (power factor) =

(Real power(KW))/(Apparent power (KW))

പവർ ഫാക്ടർ മെച്ചപ്പെടുത്തുമ്പോൾ reactive ഊർജ്ജം കുറയുന്നു. ഇതു ഊർജക്ഷമത വർദ്ധിക്കാൻ സഹായിക്കുന്നു. AC വൈദ്യുതി സപ്ലൈയിൽ അധിക KVA ലഭ്യമാകുന്നു

(ട്രാൻസ്ഫോർമർ പോലുള്ള non-റെസിസ്റ്റീവ് ലോഡുകളാണ് reactive power നു കാരണം). പവർ ഫാക്ടർ മെച്ചപ്പെടുന്നതിലൂടെ reactive പവർ കുറയുകയും അങ്ങനെ apparent power കുറയുകയും ചെയ്യുന്നു. അതിലൂടെ അധിക KVA ലഭ്യമാകുന്നു. ഉപഭോക്താക്കളുടെ ബിൽ Real power നെ ആസ്പദമാക്കിയായതിനാൽ power ഫാക്ടർ മെച്ചപ്പെടുത്തുന്നതു കൊണ്ടുള്ള മെച്ചം ഉപഭോക്താക്കളുടെ ബില്ലിൽ ലഭിക്കാനിടയില്ല. വൈദ്യുതി ഉല്പാദകർക്കും വിതരണക്കാർക്കും പവർ ഫാക്ടർ മെച്ചപ്പെടുത്തുന്നത് കൊണ്ടുള്ള ഗുണം അധിക KVA യിലൂടെ ലഭിക്കുന്നു.

മുകളിൽ സൂചിപ്പിച്ചിട്ടുള്ളത് വൈദ്യുതി ഉപയോഗിച്ചിട്ടുള്ളതും വൈദ്യുതേതരവുമായ ചില ഊർജ്ജസംരക്ഷണമാർഗ്ഗങ്ങളാണ്. ഇതെല്ലാം കൂടാതെയും വിവിധങ്ങളായ ഊർജ്ജ സംരക്ഷണ മാർഗ്ഗങ്ങളുണ്ട്.

ഊർജ്ജ സംരക്ഷണം ഗതാഗത മേഖലയിൽ

ഗതാഗത മേഖലയെന്നു പറയുമ്പോൾ വ്യക്തിഗത സഞ്ചാരത്തിനാധാരണമായ വാഹനങ്ങളും ചരക്കു കടത്തിനാവശ്യമായ വാഹനങ്ങളും ഉൾപ്പെടും. പെട്രോൾ, ഡീസൽ, എന്നിവയുടെ 65 ശതമാനത്തോളം വ്യക്തികളുടെ ഉടമസ്ഥതയിലുള്ള വാഹനങ്ങളും 20% ഡീസൽ ഉപയോഗിച്ചുള്ള ചരക്കു വാഹനങ്ങൾ, ട്രെയിൻ, കപ്പൽ എന്നിവക്കുമാണ്. ബാക്കിയുള്ള 15 ശതമാനത്തിൽ നല്ലൊരു ഭാഗം വിമാനഇന്ധനമായും ഉപയോഗിക്കുന്നു. ഇതിൽ നിന്ന് തന്നെ ഗതാഗത മേഖലയിൽ ഊർജ്ജം സംക്ഷിക്കുന്നതിന്റെ ആവശ്യം വ്യക്തമാണല്ലോ.

ഇന്ധന ഉപയോഗം കുറച്ചും ഊർജ്ജക്ഷമത കൂടുതലായ വാഹന ങ്ങൾ ഉപയോഗിച്ചും ഒരു പരിധി വരെ ഊർജ്ജസംരക്ഷണം നടത്താം.

1) പൊതുഗതാഗതവും കൂട്ടായ വാഹനഉപയോഗവവും കഴിവതും നടപ്പാക്കുക.

2) വാഹനത്തിന്റെ ഇന്ധന ക്ഷമത ഏറ്റവും കൂടുതലായി ലഭി ക്കുന്ന വേഗതയിൽ വാഹനം ഓടിക്കുക. (ഉദാഹരണമായി കാറിന്റെ വേഗത 50 മുതൽ 60 km/hr)

3) തുടർച്ചയായി വാഹനം start ഉം, stop ഉം ചെയ്യുന്നതു ഒഴി വാക്കുക.

4) ക്ളച്ച്(Clutch) ഉപയോഗിക്കുമ്പോൾ വണ്ടിയുടെ എഞ്ചിൻ റൈസ് (rise) ചെയ്യാതിരിക്കുക

5) ഹാൻഡ് ബ്രേക്ക് അനാവശ്യമായി ഉപയോഗിക്കാതിരിക്കുക.

6) വാഹനങ്ങൾ നിർത്തിയിരിക്കുന്ന സമയങ്ങളിൽ എൻജിൻ നിർത്താൻ ശ്രമിക്കുക. സിഗ്നലുകളിലും റോഡ് ബ്ളോക്കുകളി ലും കഴിവതും എൻജിൻ ഓഫ് ചെയ്യുക.

b) ഇന്ധനക്ഷമത

ഇന്ധനക്ഷമത കൂടിയ വാഹനങ്ങൾ ഉപയോഗിക്കാൻ ശ്രദ്ധിക്കുക. ഇന്ധനക്ഷമത കുറഞ്ഞ വാഹനങ്ങൾ കഴിവതും ഉപയോഗിക്കാതിരി ക്കുക. മീഡിയം വേഗതയിലാണ് ഇന്ധനക്ഷമത ലഭിക്കാൻ സാദ്ധ്യത. വളരെ കൂടിയ വേഗതയിൽ ഇന്ധനക്ഷമത കുറഞ്ഞുവരുന്നു.

c) നല്ല റോഡുകളുടെ ആവശ്യകത :-

വീതിയുള്ളതും നല്ലതുമായ റോഡുകൾ ഉണ്ടെങ്കിൽ മാത്രമേ വാഹന ങ്ങളിൽ കൂടുതൽ ഇന്ധനക്ഷമത ലഭിക്കുകയുള്ളു. അതുകൊണ്ടു തന്നെ നല്ല റോഡുകൾ ഉണ്ടാക്കുകയും കാലാകാലങ്ങളിൽ അറ്റകുറ്റപ്പണികൾ നടത്തുന്നതും ഊർജ്ജസംരക്ഷണത്തിനു അത്യാവശ്യമാണ്.

ജലസംരക്ഷണം

ജലസംരക്ഷണവും ഊർജ്ജസംരക്ഷണത്തിന്റെ ഭാഗമായാണ് കരുതപ്പെടുന്നത്. ഗുണമേന്മയുള്ള പൈപ്പുകളും ടാപ്പുകളും ഉപയോഗി ക്കുന്നത് മൂലം ജലനഷ്ടം കുറക്കാൻ കഴിയും. ജലസംരക്ഷണം സാമ്പ ത്തികലാഭം ഉണ്ടാക്കുന്നു. മഴ വെള്ളസംഭരണികളെ കുടിവെള്ളം സംഭ രിക്കാൻ മാത്രമല്ല, മറ്റാവശ്യങ്ങൾക്കും ഉപയോഗിക്കാം. മഴവെള്ളത്തെ

കുളങ്ങളിലും കിണറുകളിലും സംഭരിക്കുന്നത് കൊണ്ടു ജലസമ്പത്ത് വർദ്ധിക്കുന്നു.

ജലസമ്പത്ത് ഉപയോഗിക്കുന്നതിൽ മാത്രമല്ല സംരക്ഷിക്കുന്നതിലും ശ്രദ്ധ.വേണം. പെയ്ത മഴവെള്ളത്തിന്റെ നല്ലൊരു ശതമാനം ഭൂമിക്കടിയിലേക്ക് ഇറങ്ങി ചെന്നില്ലെങ്കിൽ വരും കാലങ്ങളിൽ ഭൂഗർഭ ജലലഭ്യതയിൽ കാര്യമായ കുറവ് സംഭവിക്കും. അതുപോലെ അമിതമായ ഭൂഗർഭജലവിനിയോഗവും ഭാവിയിൽ പ്രശ്നങ്ങൾ സൃഷ്ടിക്കും.

ജലത്തിന്റെ ഉപയോഗം നിത്യജീവിതത്തിൽ മാത്രമല്ല, വൈദ്യുതി ഉല്പാദിപ്പിക്കാനും ചരക്കുഗതാഗതത്തിനും എന്നു വേണ്ട സമസ്തമേഖലയിലും ആവശ്യമാണ്. ആവശ്യങ്ങൾ കൂടുന്തോറും ജലലഭ്യത കുറഞ്ഞു വരുന്നു. അതുകൊണ്ടു തന്നെ ജലസംരക്ഷണം, വരുംകാലത്തെ ജലലഭ്യതക്കു ആവശ്യമാണ്.

നാൾതോറും ഊർജ്ജാവശ്യം ക്രമാതീതമായി വർദ്ധിച്ചു വരികയാണല്ലോ. വർദ്ധിച്ചുവരുന്ന ഊർജ്ജാവശ്യങ്ങളുടെ നാളുകളിൽ ഊർജ്ജസംരക്ഷണത്തിന്റെ ആവശ്യകത വീണ്ടും വീണ്ടും ചർച്ച ചെയ്യപ്പെടുകയാണ്. നാളത്തെ ലോകം പുതുക്കാവുന്ന ഊർജ്ജസ്രോതസ്സുകളെയും വിവിധങ്ങളായ ഊർജ്ജസംരക്ഷണരീതികളെയും കൂടുതൽ കൂടുതൽ ആശ്രയിക്കേണ്ടിവരും, ശരിയായ രീതിയിലുള്ള ഊർജ്ജഉപയോഗവും ഊർജ്ജമാനേജ്മെന്റ് സംവിധാനവും വരും കാലങ്ങളിൽ വളരെ പ്രസക്തിയേറും.

അവലംബിത രേഖകൾ :-

1) വൈദ്യുതി സംരക്ഷണം (എനെർജി മാനേജ്മെന്റ് സെന്റർ, കേരള)

2) ഊർജ്ജച്ചെപ്പ (മലയാള മനോരമ KSEB യുടെ സഹകരണത്തോടെ പ്രസിദ്ധീകരിച്ചത്)

3) Tips for energy conservation in Industries (Bureau Energy Efficiency, New Delhi)

ഖനീജ ഇന്ധനങ്ങൾ (Fossil Fuel)

മനുഷ്യചരിത്രത്തിൽ കൂടുതൽ കാലത്തും ഊർജ്ജസ്രോതസ്സായിരുന്നത് തീകത്തിക്കാനുള്ള വിറകാണ്. 19-ആം നൂറ്റാണ്ടിന്റെ മദ്ധ്യം വരെ വിറകിനു തന്നെയായിരുന്നു ഇന്ധനം എന്ന നിലക്ക് പ്രമുഖ സ്ഥാനം. ഗ്രാമപ്രദേശങ്ങളിൽ കൃഷി അവശിഷ്ടങ്ങളും തീകത്തിക്കാനുള്ള ഇന്ധനമായി ഉപയോഗിക്കുന്നു. അതുപോലെ മൃഗാവശിഷ്ടങ്ങളും. കന്നുകാലികളുടെ ചാണകം കേക്ക് ആയി മാറ്റിയും കത്തിക്കാനുള്ള ഇന്ധനമായി ഉപയോഗിക്കുന്നു.

വ്യവസായ വിപ്ലവത്തോടെ യൂറോപ്പിൽ വളരെയധികം ഊർജ്ജ ആവശ്യമുണ്ടാവുകയും അത് നിറവേറ്റാൻ പുതിയ ഊർജ്ജസ്രോതസ്സുകൾ തേടി അന്വേഷണം തുടങ്ങുകയും ചെയ്തു. അതിന്റെ ഫലമായാണ് കൽക്കരിയുടെ കണ്ടുപിടിത്തവും എണ്ണയുടെയും പ്രകൃതി വാതകത്തിന്റെയും കണ്ടുപിടുത്തവുമുണ്ടായത്

രാസ ഇന്ധനങ്ങളായ കൽക്കരി, പ്രകൃതിവാതകം എന്നിവയെല്ലാം ജീവജാലങ്ങളും സസ്യങ്ങളും മറ്റുവൃക്ഷലതാതികളും പതിനായിരക്കണക്കിന് വർഷങ്ങൾ ഭൂമിക്കടിയിൽ പെട്ടു ക്രമത്തിൽ രൂപാന്തരപ്പെട്ടുവന്നതാണല്ലോ. ലക്ഷക്കണക്കിന് വർഷങ്ങളിലൂടെ രൂപാന്തരപ്പെട്ട ഖനീജ ഇന്ധനങ്ങൾ (Fossil fuel), നമ്മൾ നൂറ്റാണ്ടുകളുടെ കാലയളവിൽ ഉപയോഗിച്ചു തീർക്കുന്നു. ഖനീജ ഇന്ധനങ്ങളുടെ പുതിയ ശേഖരങ്ങൾ ചിലപ്പോഴുമെങ്കിലും കണ്ടെത്തുന്നുണ്ടെങ്കിലും, ഖനീജ ഇന്ധനങ്ങൾ

സ്ഥായിയായി നിലനിൽക്കുന്നതല്ലെന്നും, വരും വർഷങ്ങളിൽ ഖനീജ ഇന്ധനങ്ങളുടെ ശേഖരം ഇല്ലാതാവുമെന്നുള്ള വാസ്തവം മനസ്സിലാക്കുക യും അതിനനുസരിച്ചുള്ള പ്രവർത്തനത്തിലൂടെ മുന്നോട്ട് പോകുകയും വേണം

ഖനീജ ഇന്ധനരൂപീകരണം

ജീവനില്ലാത്ത സസ്യജാലങ്ങളിലും ജന്തുജാലങ്ങളിലും പ്രാഥമി കമായി കാർബൺ, ഹൈഡ്രജൻ, ഓക്സിജൻ, എന്നിവയാണ് അടങ്ങിയിരിക്കുന്നത്. ചീഞ്ഞഴുകിയ ജൈവപദാർത്ഥങ്ങൾ ബാക്ടീരി യയുടെ പ്രവർത്തനത്താൽ മീതേയിനും അന്തരീക്ഷത്തിലെ ഓക്സി ജന്റെ കാർബണുമായുള്ള പ്രവർത്തന ഫലമായി കാർബൺ ഡൈ ഓക്സൈഡും വെള്ളവും ഉണ്ടാകുന്നു.

മണ്ണിലടിയിലാകുന്ന ജൈവപദാര്ഥങ്ങളിൽ (സസ്യജാലങ്ങളുടെയും ജന്തുജാലങ്ങളുടെയും ഭാഗങ്ങൾ) നിന്ന് ഓക്സിജനും നൈട്രജനും രക്ഷപ്പെടുകയും അവശിഷ്ടങ്ങൾ കൂടുതൽ കാർബണുള്ള പദാർത്ഥങ്ങ ളായി മാറുകയും ചെയ്യുന്നു കൂടുതലായും കാർബൺ മാത്രമായിട്ടാണ് മാറുന്നതെങ്കിൽ കാലക്രമത്തിൽ അത് കൽക്കരിയായിട്ട് മാറുന്നു. ഹൈഡ്രജനും കാർബണും ചേർന്ന ഹൈഡ്രോകാർബൻ ആകുന്ന ജൈവപദാർത്ഥങ്ങൾ വളരെക്കാലം കഴിയുമ്പോൾ പെട്രോളിയവും പ്രകൃതിവാതകവുമായി മാറുന്നു. വെള്ളം മണലുമായി ചേർന്നു നിൽക്കു ന്നതുകൊണ്ടു പെട്രോളിയത്തിൽ നിന്ന് വേർതിരിക്കപ്പെടുന്നു. പെട്രോ ളിയവും ഗ്യാസും മുകളിലേക്ക് നീങ്ങുകയും മണൽപ്പാറകൾക്കിടയിലുള്ള സുഷിരങ്ങളിൽ അവ ശേഖരിക്കപ്പെടുന്നു. പാറയുടെ മുകൾ ഭാഗങ്ങളിൽ പ്രകൃതി വാതകം ശേഖരിക്കപ്പെടുന്നു.

ലോകത്തിലെ കൽക്കരി നിക്ഷേപം 1074108 Mtonnes ടൺ ആണെന്ന് കരുതുന്നു. 60% കൽക്കരിയും റഷ്യയിലാണ്. 20% കൽക്കരി നിക്ഷേപം അമേരിക്കയിലാണ്. ഏഷ്യയിലുള്ള 9% കൽക്കരി നിക്ഷേ പത്തിൽ നല്ലൊരു ഭാഗം ഇന്ത്യയിലാണ്. ജിയോളജിക്കൽ സർവ്വേ ഓഫ് ഇന്ത്യയുടെ 2021ലെ കണക്കു പ്രകാരം 352000 MT(മില്യൺ ടൺ) ആണ് ഇന്ത്യയിലെ കൽക്കരി നിക്ഷേപം. ലോകത്തെ 40% വൈദ്യുതി കൽക്കരിയിൽ നിന്നാണ് ഉണ്ടാക്കുന്നത്.

Fig. കൽക്കരി ഖനികൾ

പ്രോസസ്സിംഗ് ഓഫ് കോൾ

ശുദ്ധമായ കാർബൺ അടങ്ങുന്ന കൽക്കരി പല വിധത്തിലുള്ള കത്തിക്കൽ പ്രക്രിയ(Combustion)ക്കു വേണ്ടിയാണു ഉപയോഗിക്കുന്നത്. പ്രധാനമായും തെർമൽ പവർ പ്ലാന്റിലൂടെ വൈദ്യുതി ഉണ്ടാക്കാൻ. കൽക്കരി ഉപയോഗിച്ചുണ്ടാക്കുന്ന വൈദ്യുതിയിൽ നല്ലൊരു ശതമാനം ഉരുക്കുണ്ടാക്കാനാണ് ഉപയോഗിക്കുന്നത്.

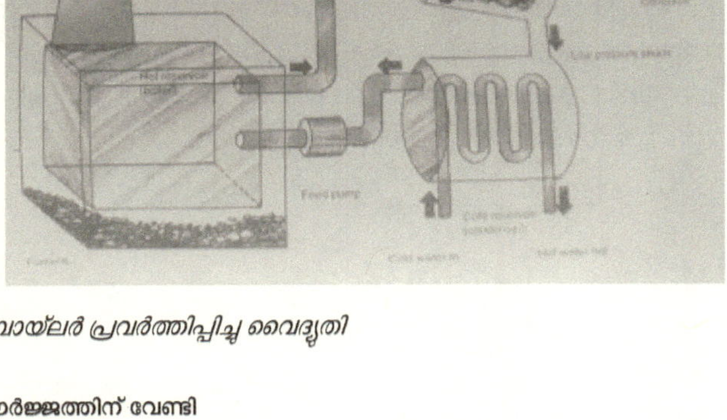

Fig. ബോയ്‌ലർ പ്രവർത്തിപ്പിച്ച വൈദ്യുതി

കൽക്കരിയിലുള്ള കാർബൺ ശതമാനം പല സ്ഥലത്തുള്ള കൽക്കരിയിലും വ്യത്യസ്ഥമാണ്. Anthracite കൽക്കരിയിൽ 98 ശതമാനവും Lignite -ൽ 32 ശതമാനവുമാണ് കൽക്കരി കത്തിക്കുന്നതിലൂടെ വലിയ തോതിലുള്ള ഫ്ലൈ ആഷ്, കൂടിയതോതിലുള്ള കാർബൺ ഡൈ ഓക്സൈഡ്, സൾഫർ ഡൈ ഓക്സൈഡ്, നൈട്രസ് ഓക്സൈഡുകൾ, കാർബൺ മോണോ ഓക്സൈഡ് എന്നിവയെല്ലാമുണ്ടാകുന്നു. ഇതെല്ലാം പരിസ്ഥിതി വിനാശമുണ്ടാകുന്നവയും, അന്തരീക്ഷ മലിനീകരണം വർദ്ധിപ്പിക്കുന്നവയുമാണ്.

ആഗോളതാപനം വർദ്ധിക്കുന്നതിൽ കൽക്കരി കത്തിക്കുന്നതിനു നല്ലൊരു പങ്കുണ്ട്.

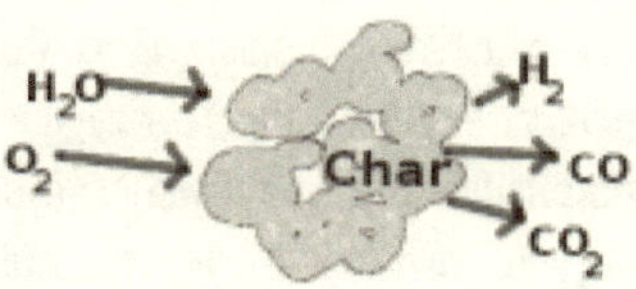

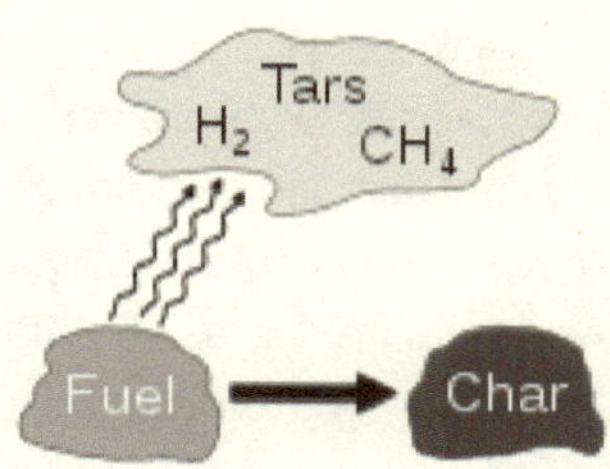

Fig. കോക്ക്

ഈ പറഞ്ഞ കാരണങ്ങൾ കൊണ്ടു കൽക്കരിയെ ശുദ്ധ ഇന്ധനായി മാറ്റിയെടുത്തു ഉപയോഗിക്കേണ്ട ആവശ്യമുണ്ട്. വായുവിന്റെ അഭാവത്തിൽ കൂടിയ ഊഷ്മാവിൽ ചൂടാക്കി കോക്ക് (Coke) ആയി മാറ്റുകയാണ് ഒരു മാർഗം. ഇതു ഇരുമ്പ് ഉല്പാദനത്തിന് കൂടുതലായും ഉപയോഗിക്കുന്നു.

കൽക്കരിയെ ദ്രവ ഇന്ധനമായും വാതക ഇന്ധനമായും മാറ്റിയെടു ത്തു പെട്രോളിയം ഇന്ധനത്തിനും പ്രകൃതിവാതകത്തിനും പകരമായി ഉപയോഗിക്കാൻ പറ്റും.

പെട്രോളിയം

കൽക്കരിയിൽ നിന്നും പ്രകൃതി വാതകത്തിൽനിന്നും വ്യത്യസ്ഥമായി പെട്രോളിയം അഥവാ ക്രൂഡ് ഓയിൽ നേരിട്ട് യാതൊരു പരിണാമപ്ര ക്രിയക്ക് വിധേയമാകാതെ ഉപയോഗസാദ്ധ്യമല്ല. പെട്രോളിയം എന്ന വാക്ക് ലത്തീൻ വാക്കുകളായ Petro, oleum എന്നിവയിൽ നിന്നും ഉണ്ടായതാണ്. Petro എന്ന വാക്കിന്റെ അർത്ഥം പാറ (Rock) എന്നും ഒളിയം (Oleum) എന്നതിന് അർത്ഥം എണ്ണ (oil) എന്നും ആണ്

ക്രൂഡ് ഓയിൽ എന്നതു നൂറു കണക്കിന് ഹൈഡ്രോകാർബൻ സംയു ക്തങ്ങളുടെ മിശ്രിതമാണ്. ചെറിയ അളവിൽ മറ്റു ചില മൂലകങ്ങളുടെ സംയുക്തങ്ങളും അടങ്ങിയിട്ടുണ്ട്. ക്രൂഡ് ഓയിലിന്റെ യഥാർത്ഥ ഘടക ങ്ങൾ വളരെയധികം കാര്യങ്ങളെ ആസ്പദിച്ചിരിക്കുന്നു. ഉദാഹരണമായി പഴക്കം, ഏതെല്ലാം ജീവജാലങ്ങളും സസ്യങ്ങളും ആണ് കൂടിച്ചേർന്നിരി ക്കുന്നത്, എത്ര ആഴത്തിൽ നിന്നാണ് നിക്ഷേപം കണ്ടെത്തിയിരിക്കു ന്നത് എന്നതെല്ലാം കാരണങ്ങളാലാണ്. സാധാരണ നിലയിൽ ക്രൂഡ് ഓയിലിന്റെ കൂടെ പ്രകൃതിവാതകവും ലഭിക്കാറുണ്ട്. പ്രകൃതി വാതകം, വാതക ഹൈഡ്രോകാർബണുകളുടെ മിശ്രിതമാണ്. പ്രകൃതി വാതക ത്തിൽ പ്രധാനമായും മിതേയിനും (Methane), ഈതൈനും (Ethane) ആണ് ഉള്ളത്. ക്രൂഡ് ഓയിലിൽ ഹൈഡ്രോകാർബണുകൾക്ക് പുറമെ സൾഫർ, നൈട്രജൻ, ഓക്സിജൻ എന്നിവയും അടങ്ങിയിട്ടുണ്ട്. വളരെ ചെറിയ അളവിൽ ക്രൂഡ് ഓയിലിൽ വനേഡിയം, നിക്കൽ, ക്ലോറിൻ, ആർസെനിക് എന്നിവയും അടങ്ങിയിട്ടുണ്ട്.

ഓയിൽ ഷെയിൽ (Oil Shale), Deep sea ഓയിൽ

ഷെയിൽ ഓയിൽ:-

ഓർഗാനിക് പദാർത്ഥങ്ങൾ നിറഞ്ഞ അവശിഷ്ട പാറകൾക്കിട യിൽ (Sedimentary rocks) കുടുങ്ങി കിടക്കുന്ന ഖരവും ദ്രാവകുമുമായ ഓയിൽ സമാനമായ പദാർത്ഥമാണ് ഷെയിൽ ഓയിൽ. ഷെയിൽ ഓയിൽ പരമ്പരാഗതമായ ക്രൂഡ് ഓയിലിന് പകരമായാണ് കരുതപ്പെ

ടുന്നത്. ഷെയിൽ ഓയിൽ വേർതിരിച്ചെടുക്കുന്നതും ക്രൂഡ് ഓയിലായി രൂപപ്പെടുത്തുന്നതും വളരെ ചെലവേറിയതാണ്.

ഷെയിൽ ഗ്യാസ് :-

ഷെയിൽ പാറകൾക്കിടയിൽ കുടിങ്ങിക്കിടക്കുന്ന പ്രകൃതിവാതകമാണ് ഷെയിൽ ഗ്യാസ്. അമേരിക്കയിലും മറ്റു പല ഭാഗങ്ങളിലുമായി ധാരാളം ഷെയിൽ ഗ്യാസ് ശേഖരമുണ്ട് എന്നു കരുതപ്പെടുന്നു.

Deep sea ഓയിലും ഗ്യാസും :-

സമുദ്രത്തിന്റെ അഗാധ അടിത്തട്ടിൽ ധാരാളം ഓയിൽ ശേഖരമുണ്ടെന്നാണ് കരുതപ്പെടുന്നത്. ഇത്തരം ഓയിൽ ശേഖരത്തെപ്പറ്റി ഇപ്പോഴും ശരിയായ വിലയിരുത്തൽ നടത്താൻ കഴിഞ്ഞിട്ടില്ലെങ്കിലും മൊത്തം ഓയിൽ ശേഖരത്തിന്റെ 8% -ൽ കൂടുതലായി അഗാധ സമുദ്രശേഖരത്തിൽ ഉണ്ടെന്നാണ് കരുതുന്നത്. ഇത്തരം ശേഖരത്തിൽ രണ്ടിൽ മൂന്നു ശേഖരം ഇപ്പോഴും തിട്ടപ്പെടുത്തിയില്ല എന്നാണ് അനുമാനിക്കുന്നത്. അഗാധ സമുദ്രത്തിൽ ഓയിൽകുഴിച്ചെടുക്കുന്ന സാങ്കേതികവിദ്യ വികസിപ്പിച്ചെടുക്കേണ്ടതുണ്ട്. നോർത്ത് അമേരിക്കയിലാണ് ഇത്തരം ശേഖരങ്ങൾ കൂടുതലും ഉള്ളത്. ഇത്തരം ഓയിൽ കുഴിച്ചെടുക്കുന്നതു, ഭൂമിക്കുണ്ടാകുന്ന ആഗാതവും പഠനവിഷയമാക്കേണ്ടതുണ്ട്.

എണ്ണ (Oil) കണ്ടെത്തൽ

കൽക്കരിയിൽ നിന്ന് വ്യത്യസ്ഥമായി ക്രൂഡ് ഓയിൽ മറൈൻ ജീവജാലങ്ങളുമായി ബന്ധപ്പെട്ട പദാർത്ഥങ്ങളിൽ നിന്നാണ് കൂടുതലായും രൂപീകൃതമായിട്ടുള്ളത്. അതുകൊണ്ടു തന്നെ ഓയിൽ കൂടുതലായും സമുദ്രതീരങ്ങളുമായി ബന്ധപ്പെട്ട സ്ഥലങ്ങളിലോ ഒരു കാലത്തു വെള്ളത്തിൽ മുങ്ങി കിടന്നിരുന്ന സ്ഥലങ്ങളിലോ ആണ് കണ്ടു വരുന്നത്. ലോകത്തിലെ ഭൗമ ശാസ്ത്രജ്ഞന്മാർക്കു ശരിയായ രീതിയിലുള്ള കണക്കു കൂട്ടൽ നടത്താൻ പറ്റിയിട്ടില്ല

എണ്ണയുടെ ശേഖരണം കണ്ടെത്തുന്നതിനുള്ള ആദ്യ നടപടിയാണ് സിസ്മിക് സർവ്വേ (Seismic Survey) അഥവാ പ്രകമ്പന സർവ്വേ എന്നു പറയുന്നത്.

ഷോക്ക് തരംഗങ്ങൾ ഭൂമിയുടെ ഉപരിതലത്തിൽ ഉണ്ടാക്കി അത് എങ്ങനെയാണ് ഭൂമിയുടെ ഉൾഭാഗത്തു പ്രതിഫലനം ചെയ്യപ്പെടുന്നത് എന്നു മനസ്സിലാക്കിയാണ് ഓയിലിന്റെ സാന്നിധ്യം എവിടെയാണെന്ന്

നിഗമനത്തിൽ എത്തുന്നത്. സംശയമുള്ള സ്ഥലങ്ങൾ മനിസ്സിലായാൽ അവിടെ ഡ്രിൽ (കുഴിച്ച്) ചെയ്ത് നോക്കി ഓയിൽ ഉറപ്പിക്കാം.

സമുദ്രത്തിനകത്തും ധാരാളം ഓയിൽ / വാതക ശേഖരങ്ങൾ ഉണ്ട്. ഓഫ് ഷോറിൽ (off-shore) സ്റ്റീൽ പ്ലാറ്റ്ഫോമിൽ വെച്ചാണ് ഓയിൽ ഡ്രിൽ ചെയ്ത് എടുക്കുന്നത്. പല സ്ഥലത്തും ഓയിൽ കണ്ടെത്താനുള്ള ഡ്രില്ലിങ് പ്രവർത്തനം പരാജയത്തിലെത്തുന്നുണ്ട്. അത് കൊണ്ടു മൊബൈൽ ഡ്രില്ലിങ് യൂണിറ്റുകൾ ധാരാളമായി ഉപയോഗിക്കുന്നുണ്ട്.

ഡ്രിൽ (Drill) ചെയ്ത് കിണറുകളിൽ എണ്ണ കണ്ടെത്തുകയാണെങ്കിൽ അത് വെളിയിലെടുക്കുകയാണ് അടുത്ത ജോലി. സാധാരണയായി ഓയിലിന്റെയും ഗ്യാസിന്റെയും വെള്ളത്തിന്റെയും മിശ്രിതമാണ് വെല്ലിൽ നിന്നും കിട്ടുക.

വെല്ലിനകത്തു നല്ല മർദ്ദമുണ്ടെങ്കിൽ പ്രകൃതിദത്തമായി തന്നെ ഓയിൽ മിശ്രിതം പുറത്തേക്കു ഒഴുകിയെത്തും. മർദ്ദം കുറവാണെങ്കിൽ ഗ്യാസോ വെള്ളമോ കൂടിയ മർദ്ദത്തിൽ അകത്തേക്ക് ഇൻജെക്റ്റ് ചെയ്ത് ഓയിൽ മിശ്രിതം വെളിയിൽ കൊണ്ടുവരണം. അതിനുവേണ്ടി പമ്പുകളും ഉപയോഗിക്കേണ്ടി വരും.

ഓയിൽ മിശ്രിതത്തിൽ നിന്ന് ഓയിലും ഗ്യാസും വേർതിരിച്ചെടുക്കാനുള്ള ഉപകരണങ്ങളും പ്രക്രിയയും ഇതിനോടൊപ്പം ആവശ്യമാണ്.

എണ്ണ ശുദ്ധീകരണം :

ഓയിൽ മിശ്രിതത്തിൽ നിന്നും ഓയിലും ഗ്യാസും പൈപ്പ് വഴിയോ കപ്പൽ വഴിയോ എണ്ണ ശുദ്ധീകരണശാലയിലേക്ക് മാറ്റുന്നു.

ക്രൂഡ് ഓയിൽ ഫ്രാക്ക്ഷണൽ ഡിസ്റ്റില്ലെഷന് വിധേയമാക്കുന്നു. ക്രൂഡ് ഓയിലിൽ നിന്നും ലഭിക്കുന്ന വ്യത്യസ്ഥ ഫ്രാക്ക്ഷൻ വീണ്ടും cracking ഉം ശുദ്ധീകരണവും ചെയ്താണ് പെട്രോൾ, ഏവിയേഷൻ സ്പിരിറ്റ്, മണ്ണെണ്ണ, ഡീസൽ, L. P. G തുടങ്ങിയവയെല്ലാം വേർതിരിച്ചെടുക്കുന്നത്.

ക്രൂഡ് ഓയിൽ

പെട്രോളിയം എന്ന പദം കൊണ്ടു പ്രകൃതിയിൽ നിന്ന് കുഴിച്ചെടുക്കുന്ന ശുദ്ധീകരിക്കാത്ത ക്രൂഡ് ഓയിലും ശുദ്ധീകരണത്തിനു ശേഷം ലഭിക്കുന്ന മറ്റു ഉത്പന്നങ്ങളും ഉൾപ്പെടുന്നു. ഭൂമിയിൽ നിന്ന് കുഴിച്ചെടുക്കുന്ന പെട്രോളിയത്തിന്റെ ദ്രാവകരൂപമാണ് ക്രൂഡ് ഓയിൽ. ക്രൂഡ് ഓയിൽ അതായതു ശുദ്ധീകരിക്കാത്ത പെട്രോളിയം ഉല്പന്നം ഹൈഡ്രോകാർബ

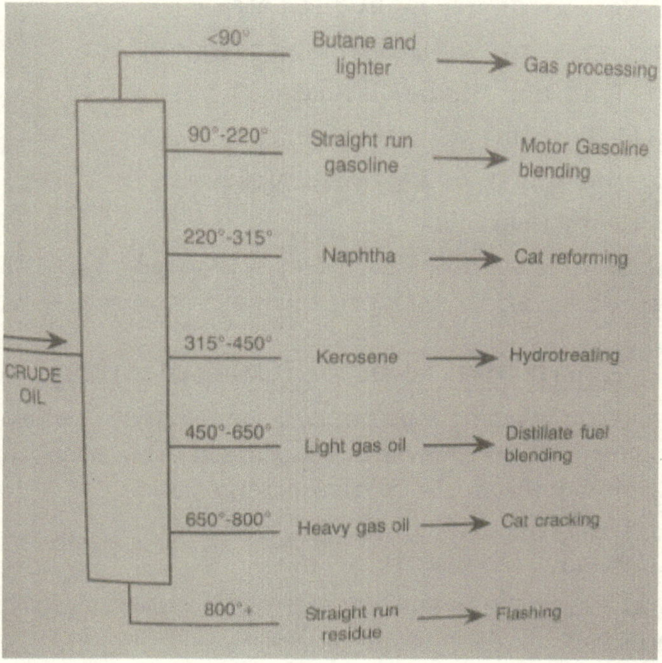

ണും മറ്റു പല ഓർഗാനിക് വസ്തുക്കളും അടങ്ങിയതാണ്. ഖനീജ ഇന്ധനമായ ക്രൂഡ് ഓയിൽ ശുദ്ധീകരണ പ്രക്രിയയിലൂടെ പെട്രോൾ, ഡീസൽ, മണ്ണെണ്ണ എന്നിങ്ങനെ ഉപയോഗപ്രദമായ വിവിധ ഇന്ധനങ്ങളായി മാറ്റി എടുക്കുന്നു. വ്യത്യസ്ഥമായ ക്രൂഡ് ഓയിലുകളിൽ 50%നും 97%നും ഇടയിൽ ഹൈഡ്രോകാർബൻ അടങ്ങിയിരിക്കുന്നു. ഓരോ പ്രദേശങ്ങളിൽ നിന്നും ലഭിക്കുന്ന ക്രൂഡ് ഓയിൽ ഘടകങ്ങൾ വ്യത്യസ്ഥമാകാൻ സാദ്ധ്യതയുണ്ട്.

160 തരത്തിലുള്ള ക്രൂഡ് ഓയിൽ ഉള്ളതായി കണക്കാക്കപ്പെടുന്നു. ബ്രന്റ് ക്രൂഡ് ഓയിൽ (Brunt crude oil) ആണ് താരതമ്യത്തിന് ആധാരമാക്കിയെടുക്കുന്നത്. ദുബായ് ക്രൂഡ് മറ്റൊരു തരം ക്രൂഡ് ആണ്. അന്തർദേശീയ മാർക്കറ്റിൽ (Market) ഉള്ള പ്രധാന ക്രൂഡ് ഓയിലുകൾ West cost Intermediates, ബ്രെന്റ് Blend, Opec Basket എന്നിവയാണ്.

ക്രൂഡ് ഓയിലിനെ ഹൈഡ്രോകാർബൻ അടങ്ങിയിരിക്കുന്നതിന്റെ അടിസ്ഥാനത്തിൽ നാലായി തിരിക്കുന്നു

1) Very Light oils/ Light distillates

ഇവ അസ്ഥിരവും ബാഷ്പീകരണം കൂടുതലുള്ളവയുമാണ്.

2) Light Oils /Middle Distillate

3) Medium oils

കൂടുതൽ ക്രൂഡ് ഓയിൽ ഇനങ്ങളും ഇതിൽ പെടുന്നു.

4) Heavy Fuel Oils

ഫ്യൂവൽ ഓയിലും ഹെവി മറൈൻ ഫ്യൂവലുകളും ഇതിൽ കൂടുതലാണ്. വളരെയധികം ടോക്സിക് ആണ്. ബാഷ്പീകരണം വളരെ കുറവാണ്

എണ്ണ ശുദ്ധീകരണം (Oil Ref ining)

ഓയിൽ റിഫൈനറികളിലാണല്ലോ ക്രൂഡ് ഓയിൽ ശുദ്ധീകരണം നടക്കുന്നത്. ക്രൂഡ് ഓയിൽ റിഫൈനിംഗിന് ശേഷം ലഭിക്കുന്ന പ്രധാന ഉത്പന്നങ്ങൾ (Products) താഴെ പറയുന്നവയാണ്.

പ്രൊപൈൻ (Propane):-

പ്രധാനമായും പെട്രോകെമിക്കൽ വ്യവസായത്തിൽ പ്രാഥമിക മായാ ഫീഡ്സ്റ്റോക്ക് ആയാണ് ഉപയോഗം.

ബ്യൂടൈൻ(Butain):-

പ്രധാനമായും ഗ്യാസോലൈൻ /പെട്രോൾ ബ്ലെൻഡിങ്ങിനായി ഉപയോഗിക്കുന്നു. കൂടാതെ പെട്രോകെമിക്കൽ വ്യവസായത്തിലും ചില വീട്ടുഉപകരണങ്ങളിലും ഉപയോഗിക്കുന്നു.

LNG (ലിക്വിഡ് നാച്ചുറൽ ഗ്യാസ്)

വളരെ ശുദ്ധമായ (Clean) ഇന്ധനമാണ്. പ്രധാനമായി പാചക വാതകമായി ഉപയോഗിക്കുന്നു.

നാഫ്ത (Naphtha):-

ഗ്യാസോലൈൻ /പെട്രോൾ ഉല്പാദനത്തിനായി ഉപയോഗിക്കുന്നു. പെട്രോകെമിക്കൽ വ്യവസായത്തിൽ ഫീഡ് (Feed) ആയി ഉപയോ ഗിക്കുന്നു.

ഗ്യാസോലൈൻ / പെട്രോൾ:-

പ്രധാനമായും വാഹനങ്ങൾക്ക് ഇന്ധനമായി ഉപയോഗിക്കുന്നു.

ജെറ്റ് ഫ്യൂവൽ :-

പ്രധാനമായും വിമാനഇന്ധനമായി ഉപയോഗിക്കുന്നു. ശുദ്ധമായ ഇന്ധനമെന്ന നിലക്ക് കത്തിക്കാൻ ഉപയോഗിക്കുന്നു.

ഗ്യാസ് ഓയിൽ/ഡീസൽ :-

വാഹനങ്ങൾക്ക് ഇന്ധനമായും വ്യവസായആവശ്യത്തിനും ഉപയോഗിക്കുന്നു.

ഫ്യൂവൽ ഓയിൽ (Fuel oil)

പവർ ജനറേഷൻ, വ്യവസായ ബോയിലറുകൾ എന്നിവയിൽ ഉപയോഗിക്കുന്നു.

മിഡിൽ ഈസ്റ്റ്(Middle East) മേഖലയിൽ നൂറ്റാണ്ടുകൾക്കു മുമ്പ് തന്നെ ഭൂമിയിൽ നിന്ന് കിട്ടുന്ന ക്രൂഡ് ഓയിൽ ഉപകാരപ്രദമായ ഉല്പന്നങ്ങളാക്കാൻ ശ്രമിച്ചിരുന്നു. മെസൊപ്പൊട്ടോമിയ പ്രദേശങ്ങളിൽ ആയിരക്കണക്കിന് വർഷങ്ങൾക്കു മുൻപ് തന്നെ കറുത്ത ക്രൂഡ് ഓയിൽ ചൂടാക്കി അതിൽ നിന്ന് വെള്ളത്തിന്റെ അംശം നീക്കിയതിനുശേഷം മണലുമായി മിശ്രണം ചെയ്ത് വാർണിഷ് പോലുള്ള ഒരു പദാർത്ഥം നിർമിച്ചിരുന്നു ഇതു മതിലുകൾ, ഫ്ലോറുകൾ, മേൽക്കൂര എന്നിവയെല്ലാം വെള്ളം കയറാത്ത വിധത്തിലുള്ള നിർമ്മാണത്തിന് ഉപയോഗിച്ചിരുന്നു. മാത്രമല്ല ഈ പദാർത്ഥം ഇഷ്ടിക നിർമ്മാണത്തിന് ഉപയോഗിച്ചിരുന്നു.

യൂറോപ്പിലാകട്ടെ 18- ആം നൂറ്റാണ്ടിൽ തന്നെ ക്രൂഡ് ഓയിലിനെ ഡിസ്റ്റില്ലേഷൻ ചെയ്ത് ശുദ്ധീകരിക്കാനുള്ള ശ്രമം നടത്തിയിരുന്നു. വളരെ താമസിയാതെ തന്നെ ക്രൂഡ് ഓയിലിൽ നിന്ന് മണ്ണെണ്ണ (Kerosine) വേർതിരിച്ചെടുത്തു തുടങ്ങി. ഈ കാലഘട്ടം 'കെറോസിൻ' കാലഘട്ടം എന്നറിയപ്പെട്ടു.

20-ആം നൂറ്റാണ്ടോടെ കൂടുതൽ ഉപയോഗമുള്ള പദാർത്ഥങ്ങൾ ക്രൂഡ് ഓയിലിൽ നിന്ന് വേർതിരിക്കാൻ തുടങ്ങി. 20-ആം നൂറ്റാണ്ടിന്റെ ആദ്യ കാലഘട്ടത്തിൽ (1910-1940) ക്രൂഡ് ഓയിലിൽ നിന്ന് ഗ്യാസോലൈൻ അഥവാ പെട്രോൾ വേർതിരിച്ചെടുക്കാൻ തുടങ്ങി. ഈ കാലഘട്ടത്തെ 'ഗ്യാസോലൈൻ' അഥവാ പെട്രോ കാലഘട്ടം എന്ന് അറിയപ്പെട്ടു.

ഇരുപതാം നൂറ്റാണ്ടിന്റെ പകുതിയോടെ ഗൾഫ് മേഖലയിൽ കൂടുതൽ ഓയിൽ കണ്ടെത്തിയതോടെ റിഫൈനറികൾ ഒന്നൊന്നായി സ്ഥാപിതമാകാൻ തുടങ്ങി.

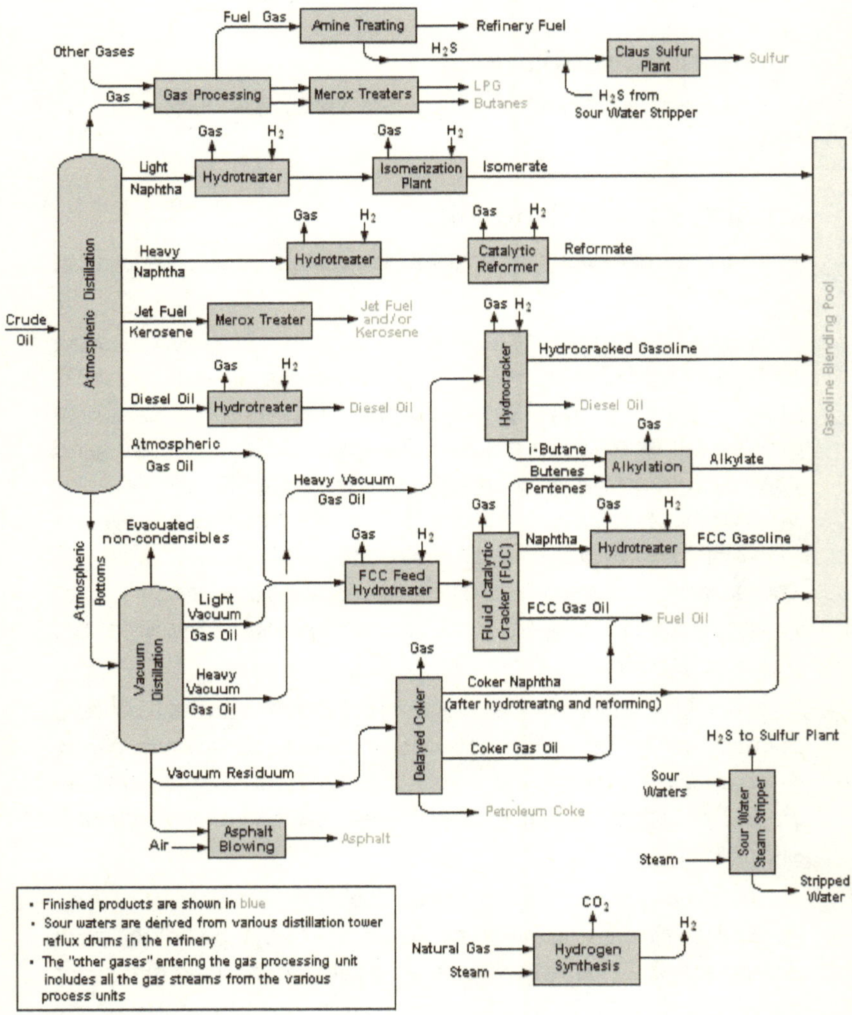

Fig. റിഫൈനറി ബ്ലോക്ക് ഡയഗ്രം.

ഇരുപതാംനൂറ്റാണ്ടിന്റെ പകുതിക്കു ശേഷം പെട്രോളിയം ഉൽപ്പന്നങ്ങളുടെ ഉല്പാദനവും ഉപയോഗവും ക്രമാതീതമായി ഉയരാൻ തുടങ്ങി. 20-ആം നൂറ്റാണ്ടിന്റെ ആദ്യഘട്ടങ്ങളിൽ ഗ്യാസ് കുഴിച്ചെടുക്കാൻ കാര്യമായ ശ്രമങ്ങൾ നടത്തിയിരുന്നില്ല. പിന്നീട് പ്രകൃതി വാതകം ധാരാളമായി കുഴിച്ചെടുക്കാനും ഉപയോഗിക്കാനും തുടങ്ങി

പെട്രോളിയം വ്യവസായത്തിൽ എണ്ണ ശുദ്ധീകരണശാലയെ സൗകര്യത്തിനു വേണ്ടി മൂന്നായി തിരിക്കാം.

1) പ്രാഥമിക എണ്ണ ശുദ്ധീകരണശാല

ഇതിൽ ക്രൂഡ് ഓയിൽ ഡിസ്റ്റില്ലേഷൻ, ഹൈഡ്രോ -ട്രീറ്റിങ്ങ് (Hydro-treating), മിഡിൽ ഡിസ്റ്റില്ലറ്റ് (Middle distillate),

നാഫ്ത്തയുടെ കാറ്റാലിറ്റിക് റീഫോമിങ് (Catalytic ref orming) എന്നീ യൂണിറ്റുകൾ ഉണ്ടായിരിക്കും

2) സങ്കീർണ്ണമായ എണ്ണ ശുദ്ധീകരണശാല (Complex ref inery)

പ്രാഥമിക റിഫൈനറിയിലെ യൂണിറ്റുകൾക്ക് പുറമെ കാറ്റാലിറ്റിക് ക്രാക്കിങ് യൂണിറ്റ് (Catalytic cracking unit), ആൽകെയ്‌ലാഷൻ പ്ലാന്റ് (Alkylation plant), ഗ്യാസ് പ്രോസസ്സിംഗ് യൂണിറ്റ് എന്നിവയും അടങ്ങിയിരിക്കുന്നു.

3) വളരെ സങ്കീർണ്ണമായ എണ്ണശുദ്ധീകരണശാല

മുൻപറഞ്ഞ യൂണിറ്റുകൾക്ക് പുറമെ ഇത്തരം റിഫൈനറികളിൽ ഒലീഫിൻ യൂണിറ്റ് (Olef ins unit), റെസിഡ്യൂൽ യൂണിറ്റ് (Residual reduction unit) എന്നിവയും ഉൾപ്പെടുന്നു.

സങ്കീർണ്ണമായ എണ്ണശുദ്ധീകരണശാലകളിൽ കാണാറുള്ള യൂണിറ്റുകൾ :-

1) ക്രൂഡ് ഡിസ്റ്റില്ലേഷൻ

2) Vaccum ഡിസ്റ്റില്ലേഷൻ

3) വിസ്ബ്രേക്കർ (Visbreaker)

4) ജെറ്റ് ഫ്യൂവൽ (Jet Fuel)

5) Fluid catalytic cracking unit

6) Unsaturated ഗ്യാസ് പ്ലാന്റ്

7) LPG Merox

8) Alkylation unit

9) സാച്ചുറേറ്റഡ് ഗ്യാസ് പ്ലാന്റ്

10) കാറ്റാലിറ്റിക് ഹൈഡ്രോ desulphuriser

11)നാഫ്ത്ത ഹൈഡ്രോ ട്രീറ്റർ

12)കണ്ടിന്യൂസ് റീഫോർമർ (കണ്ടിന്യൂസ് റീഫോർമാർ)

14)ഐസോമെറിസം യൂണിറ്റ് (Iosmerisation unit)

15) സൾഫർ റിക്കവറി യൂണിറ്റ്

16) യൂട്ടിലിറ്റീസ്

360 ഡിഗ്രിയിലുള്ള ക്രൂഡ് ഓയിൽ നീരാവിയുമായി മിക്സ് ചെയ്തു ഡിസ്റ്റില്ലേഷൻ കോളത്തിലേക്കു കടത്തി വിടുന്നു. തിളനില കുറഞ്ഞ ഗ്യാസോലിൻ, എന്നിവ മുകൾ ഭാഗത്തും കനം കൂടിയ ഗ്യാസ് ഓയിൽ

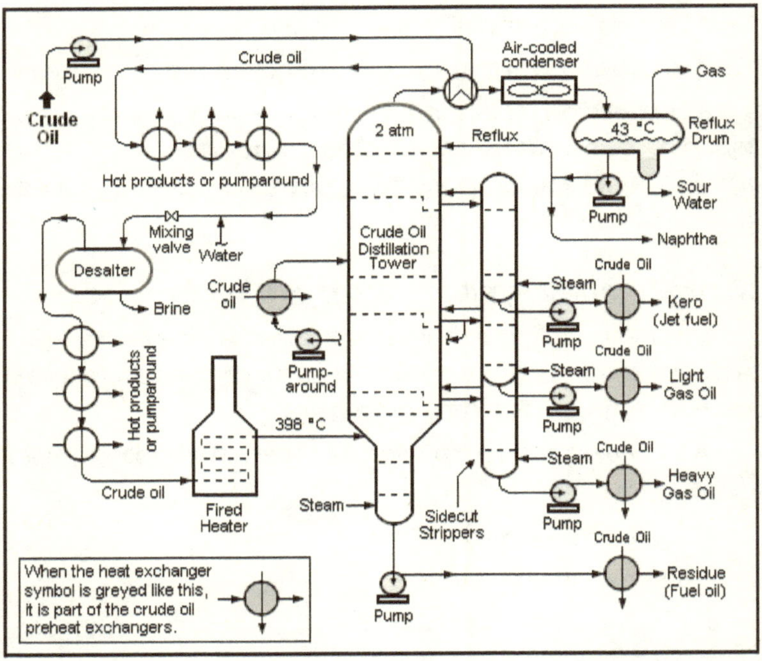

Fig. ക്രൂഡ് ഡിസ്റ്റില്ലേഷൻ

താഴെയുമായി വേർതിരിക്കപ്പെടുന്നു. Vaccum ഡിസ്റ്റില്ലേഷനിൽ ഗ്യാസ് ഓയിൽ LVGO, MVGO, HVGO. ബാക്കിവരുന്ന റെസിഡ്യൂ (Residue) വിസ്ബ്രേക്കർ യൂണിറ്റിൽ തെർമൽ സിറക്കിങ്ങിനു വിധേയമാകുന്നു.

നീണ്ട ചെയിൻ ഉള്ള ഹൈഡ്രോകാർബൺ വിഘടിച്ച് ചെറുതാകുന്നു. അതോടെ ഹൈഡ്രോകാർബണുകൾ ഉപയോഗമുള്ള ഹൈഡ്രോ കാർബണുകളായി മാറുന്നു. ജെറ്റ് ഫ്യൂവൽ യൂനിറ്റിൽ മണ്ണെണ്ണ സ്വീറ്റൻ ചെയ്ത് ജെറ്റ് ഫ്യൂവൽ ആക്കി മാറ്റുന്നു. കാറ്റാലിറ്റിക് ഹൈഡ്രോ ഡി sulphuriser ൽ വെച്ച് ഗ്യാസിലുള്ള സൾഫർ നീക്കം ചെയ്ത് വാഹന ത്തിനു ആവശ്യമായ ഡീസൽ ഇന്ധനമാക്കി മാറ്റുന്നു. റീഫോർമാരിൽ പാരഫിൻ, നാഫ്ഥലീൻ മോളിക്യൂളുകൾ ആരോമാറ്റിക് സംയുക്തമാകുന്നു. ഇതു ഇന്ധനത്തിന്റെ ഓക്ടൈൻ (Octane) മൂല്യം കൂട്ടാൻ സഹായിക്കുന്നു.

ഐസോമെറൈസേഷൻ യൂണിറ്റിൽ കാറ്റിലിസ്റ്റിക് രാസമാറ്റ ത്തിന്റെ ഫലമായി പാരഫിന്റെ നീണ്ട ചങ്ങല മാറി ഐസോപാ രഫിന്റെ ചങ്ങലയാകുന്നു. ഐസോപാരഫിന്റെ കൂടിയ ഒക്ടൈൻ മൂല്യം ഉണ്ട്. സാച്ചുറേറ്റഡ് ഗ്യാസ് പ്ലാന്റിൽ ഈതൈൻ, പ്രൊപൈൻ, ബ്യൂടൈൻ, പെൻടൈൻ, ഹെക്സയിൻ എന്നിവ വേർതിരിക്കപ്പെ ടുന്നു.. ഹൈഡ്രജൻ സൾഫൈഡും (H2S) വേർതിരിക്കപ്പെടുന്നു. ഫ്ലൂയിഡ് കാറ്റിലിറ്റിക്ക് ക്രാക്കർ (FCC) യൂണിറ്റിൽ ഭാരം കൂടിയതും മീഡിയമവുമായ ഗ്യാസ് ഓയിൽ ഹൈഡ്രോകാർബണുകൾ ക്രാക്ക് ചെയ്ത് ചെറിയ മോളിക്യൂളുകളായി മാറ്റുന്നു. FCCയിലെ കാറ്റലിസ്റ്റ് ക്രാക്ക്ങ്ങിനെ സഹായിക്കുന്നു. ഈ പ്രക്രിയയിലൂടെ കൂടിയ ഒക്ടൈൻ മൂല്യമുള്ള ഗ്യാസോലിൻ (പെട്രോൾ) ലഭ്യമാകുന്നു. FCC ഗ്യാസോലിൻ മേരോക്സ് യൂണിറ്റിൽ ട്രീറ്റ് (Treat) ചെയ്യാത്ത ഗ്യാസോലിനിൽ നിന്നു വളരെയധികം കൊറോസിവ് ആയ mercaptane, ഫിനോൾ എന്നിവ വേർതിരിച്ച് അത്രയധികം ദോഷകരമല്ലാത്ത സംയുക്തമാക്കുന്നു.

ആൽക്കലൈൻ യൂണിറ്റിൽ ഐസോബ്യൂടൈൻ, ഒലീഫിൻ, പ്രൊപൈലിൻ, ബ്യൂടൈൻ എന്നിവ ഹൈഡ്രോഫ്ലൂറിക് ആസിഡ് കാറ്റ ലിസ്റ്റിന്റെ സഹായത്താൽ സംയോജിതമാകുന്നു. ഇതിന്റെ ഫലമായി ഹൈ -ഒക്ടൈൻ ഗ്യാസോലിൻ ബ്ലെൻഡിങ് സ്റ്റോക്ക് ലഭ്യമാകുന്നു.

പെട്രോളിയം ഇന്ധനങ്ങൾ

പെട്രോളിയം ഇന്ധനങ്ങൾ വളരെക്കാലമായി പ്രാഥമികമായ ഊർജ്ജസ്രോതസ്സാണല്ലോ. അവ ഇന്റേർണൽ കംബസ്റ്റിൻ(Internal combustine)എൻജിൻ, വ്യവസായ ഫർണസ്സുകൾ, ബോയിലറുകൾ, ടർബൈനുകൾ, വീട്ടാവശ്യത്തിനുള്ള സ്റ്റവ്വുകൾ/ബർണറുകൾ, വാഹന ങ്ങൾ എന്നു വേണ്ട സമസ്ത മേഖലകളിലും പെട്രോളിയം അടിസ്ഥാന ഘടകമായി ഉപയോഗിക്കുന്നു.

ദ്രവീകരിച്ച പ്രകൃതി വാതകം (LNG)/ മർദ്ദിത പ്രകൃതി വാതകം (CNG)

ക്രൂഡ് ഓയിലിൽ നിന്നോ, ഭൂമിയിൽ നിന്ന് ഗ്യാസ് മാത്രമായി ലഭിക്കുന്നതിൽ നിന്നോ വേർതിരിച്ചെടുക്കുന്ന ഗാർഹിക ആവശ്യത്തിനും വ്യവസായ ആവശ്യത്തിനും ഉപയോഗിക്കുന്നു. പ്രകൃതി വാതകത്തിൽ 90% മീതൈനും 5% ഈഥൈനും ബാക്കി 5% മറ്റു വാതകങ്ങളായ പ്രൊപൈനും ബ്യൂടൈനും ആണ്. വാതകം ലഭ്യമായ സ്ഥലമനുസരിച്ച ഘടകത്തിന്റെ ശതമാനത്തിൽ ചെറിയ മാറ്റം വരാം. പ്രകൃതി വാതകത്തിന്റെ ഇഗ്നിഷൻ ഊഷ്മാവ് LPG യുമായി താരതമ്യപ്പെടുത്തുമ്പോൾ കൂടുതലാണ്. അതുകൊണ്ട് തന്നെ LPG യെപ്പോലെ പെട്ടന്ന് കത്തിപ്പിടിക്കാൻ സാദ്ധ്യത കുറവാണ്

ദ്രവീകരിച്ച പെട്രോളിയം ഗ്യാസ് (LPG)

LPG വ്യാപാരയടിസ്ഥാനത്തിൽ ഇംഗ്ലണ്ടിൽ 1810 ൽ തന്നെ ഉപയോഗിച്ച് തുടങ്ങിയിരുന്നു. മീഡിയം മർദ്ദത്തിൽ സിലിണ്ടറുകളിലായി വളരെക്കാലംമുൻപ് തന്നെ ഉപയോഗിച്ച് തുടങ്ങിയിരുന്നു. പെട്രോളിയം റിഫൈനിംഗിലൂടെയാണ് LPG ലഭ്യമാകുന്നത്. കൂടുതലായും പാചകത്തിനാണെങ്കിലും വ്യവസായ അടിസ്ഥാനത്തിലും ഉപയോഗിക്കുന്നുണ്ട്. ഇഗ്നിഷൻ ഊഷ്മാവ് കുറവായതിനാൽ പെട്ടെന്ന് കത്തിപ്പിടിക്കാൻ എളുപ്പമാണ്. ശുദ്ധമായ LPG ക്ക് പ്രത്യേകിച്ച് മണമില്ലാത്തതിനാൽ തിരിച്ചറിയാൻ ബുദ്ധിമുട്ടാണ്. ഇതു ഒരു ബ്യൂടൈൻ പ്രൊപൈൻ മിശ്രിതമാണ്. കത്തിപ്പിടിക്കാൻ സാദ്ധ്യതയുള്ള ഹസാഡാസ് (Hazardous) വാതകമായതിനാൽ തിരിച്ചറിയാൻ വേണ്ടി ഈഥൈൽ മാർക്യാപ്റ്റൻ ചേർത്ത് പ്രത്യേക മണം ഉണ്ടാക്കുന്നു.

ഗ്യാസിനെ ദ്രവീകരിക്കുന്നതിലൂടെ വാതകത്തെ കൈകാര്യം ചെയ്യാൻ എളുപ്പമാകുന്നു. കത്തുന്നത് താരതമ്യേന കാർബൺ പുകയില്ലാത്ത വിധത്തിലാണ്.

പെട്രോൾ അഥവാ ഗ്യാസോലിൻ :-

1913 തൊട്ട് 1936 വരെയുള്ള കാലഘട്ടത്തെ ഗ്യാസോലിൻ യുഗം അഥവാ പെട്രോൾ യുഗം എന്നാണ് പറഞ്ഞിരുന്നത്. പെട്രോൾ യുഗത്തോടെ അനുദിനം പെട്രോൾ ഉപയോഗം കൂടുകയാണ് ഉണ്ടായത്. പെട്രോൾ വാഹനങ്ങൾ പ്രവർത്തിപ്പിക്കാൻ അത്യന്താപേക്ഷിതമായി. ഉപയോഗം ഗതാഗതമേഖലയിൽ തന്നെ. 83 ഒക്റ്റൈൻ പെട്രോൾ 83% ഐസോ ഒക്റ്റൈനും 17% ഹെപ്ടൈനും ബ്ലെൻഡ് ചെയ്തതാണ്.

ഒക്റ്റൈൻ നമ്പർ കൂടുംതോറും എൻജിന് കൂടുതൽ ശക്തി ലഭ്യമാകും. സാധാരണ നിലയിൽ മാർക്കറ്റിലുള്ള പെട്രോളിന്റെ ഒക്റ്റൈൻ നമ്പർ 93നും 100നും ഇടയിലാണ്.

പെട്രോൾ എൻജിനിൽ കത്തുന്നത് വളരെ ശാന്തമായാണ്. പെട്രോൾ കാർബറേറ്ററിൽ പെട്ടെന്ന് ബാഷ്പീകരിക്കുന്നതുകൊണ്ടു എൻജിന് ആവശ്യമായ ഇന്ധനം പെട്ടന്നു തന്നെ ലഭിക്കുന്നു. ചൂടുള്ള സമയങ്ങളിൽ പെട്രോൾ വളരെ പെട്ടന്ന് ബാഷ്പീകരിക്കുന്നില്ല. താരതമ്യേന അഴുക്കുകളും മാലിന്യങ്ങളും പെട്രോളിൽ ഉണ്ടാകാറില്ല.

ഡീസൽ ഇന്ധനങ്ങൾ

ഡീസൽ പെട്രോളിന് പകരമായി ഡീസൽ എൻജിനുള്ള വാഹനങ്ങളിലും വ്യവസായ അടിസ്ഥാനത്തിൽ ഡീസൽ എഞ്ചിനുകളിലും ഉപയോഗിക്കുന്നു. ഡീസൽ എഞ്ചിനുകളിൽ വായു നേരിട്ടു ഇന്ധനത്തിൽ മിശ്രണം ചെയ്യുന്നില്ല. വായു എഞ്ചിനിലേക്ക് ഇൻജെക്റ്റ് ചെയ്യുകയാണ് ചെയ്യുന്നത്.

രണ്ടു തരത്തിലുള്ള ഡീസൽ എൻജിൻ ഇന്ധനങ്ങളാണ് ഉള്ളത്.

1) ഹൈ സ്പീഡ് ഡീസൽ ഓയിൽ (HSD)

കാർ, ബസ്, ട്രക്ക്, ട്രാക്ടർ, ഏർത് മൂവിങ് എക്വിപ്മെന്റ് എന്നിവയിൽ പ്രധാനമായും ഉപയോഗിക്കുന്നു.

2) ലൈറ്റ് സ്പീഡ് ഡീസൽ ഓയിൽ (LDO)

കുറഞ്ഞ സ്പീഡിൽ ഓടുന്ന നിശ്ചല എൻജിനുകളായ വാട്ടർ പമ്പുകൾ, ജലസേചന പമ്പുകൾ, ട്രെയിൻ എൻജിനുകൾ, മറൈൻ എൻജിനുകൾ എന്നിവയിൽ ഉപയോഗിക്കുന്നു.

സെന്റാൺ(Centane) വളരെക്കൂടുതൽ ഇഗ്നിഷൻ ക്വാളിറ്റി ഉള്ള പദാർത്ഥമാണ്. സെന്റയിൻ ബ്ലെൻഡ് ചെയ്യുകയാണ് ചെയ്യുന്നത്. സാധാരയായി HSD യിൽ സെന്റാൺ നമ്പർ 40നും 45നും ഇടയിലും LDO യിൽ 30 ഉം ആണ്.

സാധാരണയായി ഡീസൽ എഞ്ചിനുകളിൽ Starting, Warm up, Combustion knock, Engine deposit, Smoke, Fumes, Odour എന്നിങ്ങിനെയെല്ലാം പ്രശ്നങ്ങളുണ്ട്.

സെന്റാൺ കൂടുന്നതിനനുസരിച്ച ഈ പ്രശ്നങ്ങളെല്ലാം കുറഞ്ഞു കൊണ്ടു വരും.

മെറ്റലർജിയിലും സാങ്കേതികവിദ്യയിലുള്ള പുരോഗതിയും, പശ്ന ങ്ങൾ കുറച്ചു കൊണ്ടുള്ള ഡീസൽ യന്ത്രങ്ങൾ വിപണിയിൽ എത്തി ക്കാൻ സഹായിച്ചിട്ടുണ്ട്.

ഏവിയേഷൻ ടർബൈൻ ഇന്ധനം (ATF)

ATF വളരെയധികം ശുദ്ധീകരിച്ച പെട്രോളിയം ഘടകങ്ങളുടെ മിശ്രിതമാണ്. അതിൽ പ്രധാനം സ്വീറ്റൻ ചെയ്ത മണ്ണെണ്ണയാണ്. ATFന്റെ പ്രവർത്തനഫലം പ്രത്യേകിച്ച് കുറഞ്ഞ സൾഫർ, കുറഞ്ഞ ഫ്രീസിങ്ങ് പോയിന്റ്, ശുദ്ധത, നല്ല കംബസ്റ്റൈൻ, കുറഞ്ഞ കാർബൺ ഡെപ്പോസിറ്റ് എന്നിവയെല്ലാം ആശ്രയിച്ചിരിക്കുന്നു.

മണ്ണെണ്ണ (Kerosine)

പെട്രോളിയത്തിൽ നിന്നും ആദ്യമായി റിഫൈൻഡ് എടുത്തത് മണ്ണെണ്ണയാണ്. നഗരജീവിതത്തിലും ഗ്രാമജീവിതത്തിലും ഒരു കാലത്തു നിർണ്ണായകമായ സ്ഥാനമാണ് മണ്ണെണ്ണക്കു ഉണ്ടായിരുന്നത്. വിളക്ക് കത്തിക്കാനും, പെട്രോമാക്സ്, സ്റ്റോവ് എന്നിവ കത്തിക്കാനും ചൂടാ ക്കാനുമുള്ള ഇന്ധനമായും പരക്കെ മണ്ണെണ്ണ ഉപയോഗിച്ചിരുന്നു. എലക്ട്രിഫിക്കേഷൻ വ്യാപകമായതോടെ മണ്ണെണ്ണയുടെ ഉപയോഗം കുറഞ്ഞു.

കെമിക്കൽ മണ്ണെണ്ണ ഒരു ക്ലീനിങ്ങ് ലായിനിയായും ഉപയോഗിക്കു ന്നു. മണ്ണെണ്ണ വ്യവസായടിസ്ഥാനത്തിൽ ചില ടെസ്റ്റുകൾ നടത്താനും ഉപയോഗിക്കുന്നു.

ഫർണസ് ഓയിൽ

ഫർണസ് ഓയിൽ എണ്ണ ശുദ്ധീകരണത്തിന് ശേഷം ലഭിക്കുന്ന അവശിഷ്ട ഇന്ധനമാണ്. ഇതു ഭാരമേറിയതും വിസ്കസ്സുമാണ് (Viscous). ഫർണസ് ഓയിൽ പ്രധാനമായും വ്യവസായടിസ്ഥാന ത്തിൽ ബർണറുകളിൽ ഇന്ധനമായി ഉപയോഗിക്കുന്നു. ഫർണസ് ഓയിൽ തണുക്കുമ്പോൾ കട്ടിപിടിക്കുന്നതുകൊണ്ടു ബർണറുകളിൽ പശ്നങ്ങളുണ്ടാകാറുണ്ട്. ഇതു തരണം ചെയ്യാൻ ഫർണസ് ഓയിൽ പൈപ്പുകളും ടാങ്കുകളും steam ട്രെസിങ്ങും ഇലെക്ട്രിക്കൽ ട്രെസിങ്ങും കൊടുക്കാറുണ്ട്.

References:-

1) Energy A.K.Bakshi (NBT)
2) Petroleum -An Introduction By Vijay.N.Panddya (NBT)
3) Wikipedia

'ന്യൂക്ലീയർ ഊർജ്ജം'

ഊർജ്ജത്തെപ്പറ്റിയുള്ള പലേ സർവ്വേകളും സൂചിപ്പിക്കുന്നത് വർഷം തോറും ഊർജ്ജആവശ്യം വളരെയധികം വർദ്ധിക്കുകയാണെന്നും വരും കാലങ്ങളിൽ വർദ്ധിച്ചു വരുന്ന ഊർജ്ജആവശ്യം നിറവേറ്റാൻ ബുദ്ധിമുട്ടാണെന്നുമാണ്. അടുത്തു തന്നെ ഖനീജ ഇന്ധന ലഭ്യത പരിമിതമാവുകയും ഖനീജ ഇന്ധനത്തെ പ്രധാന ഊർജ്ജസ്രോതസ്സായി കരുതാൻ പറ്റാത്ത സ്ഥിതി സംജാതമാകുകയും ചെയ്യും. ഖനീജ ഇന്ധനങ്ങൾ ഉപയോഗിക്കുന്നതു മൂലമുള്ള അന്തരീക്ഷ മലിനീകരണം, ആഗോളതാപനം തുടങ്ങിയ പ്രശ്നങ്ങൾ വേറെയാണ്.

പുതുക്കപ്പെടുന്ന ഊർജ്ജസ്രോതസ്സുകളായ സൗരോർജ്ജം, കാറ്റാടിമില്ലുകൾ ഉപയോഗിച്ചുള്ള ഊർജ്ജം (Wind energy) എന്നിവയുടെ ഉല്പാദനവും ഉപയോഗവും വർദ്ധിക്കുന്നുണ്ടെങ്കിലും ഇത്തരം ഊർജ്ജസ്രോതസ്സുകൾക്കുള്ള ഔദ്യോഗികതലത്തിലുള്ള പ്രോത്സാഹനം തീർത്തും അപര്യാപ്തമാണ്.

കടൽത്തീരമാലകൾ ഉപയോഗിച്ച് വൈദ്യുതോർജ്ജം ഉണ്ടാക്കുന്നതിനുള്ള നടപടികളോ അതിനുള്ള സാകേതികവിദ്യയുടെ വികസനത്തിനു വേണ്ടിയുള്ള പ്രവർത്തനങ്ങളോ ഒന്നും തന്നെ കാണുന്നില്ല. ഭൂഗർഭ താപോർജ്ജം ഉപയോഗിക്കാനുള്ള സാദ്ധ്യത ഇന്ത്യയിൽ തുലോം കുറവാണ്.

ന്യൂക്ലീയർ ഊർജ്ജത്തിന് സാദ്ധ്യതകൾ വളരെയധികം ഉണ്ടെങ്കിലും അണുവികിരണം മൂലമുള്ള പ്രശ്നങ്ങൾ ഉണ്ടാകാനുള്ള സാദ്ധ്യത വളരെ

ക്കൂടുതലും ന്യൂക്ലീയർ അവശിഷ്ടങ്ങൾ നീക്കം ചെയ്യാനുള്ള വ്യക്തമായ പദ്ധതികൾ ഇല്ലാത്തതും മിക്ക രാജ്യങ്ങളും ന്യൂക്ലീയർ പദ്ധതികളിൽ നിന്നു പിന്നോട്ട് പോയിക്കൊണ്ടിരിക്കുന്നു.

ന്യൂക്ലീയർ വൈദ്യുതപദ്ധതികളുടെ ഭാവി ന്യൂക്ലീയർ പദ്ധതികൾ എങ്ങനെ അപകടരഹിതമായി നടപ്പാക്കാൻ സാധിക്കും എന്നതിനെ ആശ്രയിച്ചിരിക്കും. ന്യൂക്ലീയർ ഫിഷൻ (Nueclear fission) പദ്ധതികളെ അപേക്ഷിച്ച് ന്യൂക്ലീയർ ഫ്യൂഷൻ പദ്ധതികൾക്ക് ഭാവിയിൽ സാദ്ധ്യതയുണ്ട് എന്നു വേണം കരുതാൻ. എന്തായാലും ന്യൂക്ലീയർ ഫ്യൂഷൻ പദ്ധതികളേക്കുറിച്ച് കൂടുതൽ ഗവേഷണം നടക്കാനിരിക്കുന്നതേ ഉള്ളൂ

എല്ലാ പദാർത്ഥങ്ങളും ഉണ്ടായിരിക്കുന്നത് അടിസ്ഥാനപരമായി പ്രകൃതിയിലെ വിവിധ മൂലകങ്ങളിൽ നിന്നാണല്ലോ. സംയുക്തങ്ങളും മിശ്രിതങ്ങളും അങ്ങനെ തന്നെയാണ്. സാധാരണനിലയിൽ ഏതൊരു മൂലകത്തിലെയും വിഭജിക്കാൻ പറ്റാത്ത ഘടകം ആറ്റമാണല്ലോ. ആറ്റങ്ങൾ പോസിറ്റീവ് ചാർജ്ജുള്ള പ്രോട്ടോണും നെഗറ്റീവ് ചാർജ്ജുള്ള ഇലക്ട്രോണും വൈദ്യുതപരമായി ചാർജില്ലാത്ത ന്യൂട്രോണും ചേർന്നതാണല്ലോ. (ഹൈഡ്രജൻ ആറ്റത്തിൽ ന്യൂട്രോൺ ഇല്ല) ഭാരം കൂടിയ പ്രോട്ടോണും ന്യൂട്രോണും ചേർന്നതാണ് ന്യൂക്ലീയസ്. ഇലക്ട്രോണുകൾ ന്യൂക്ലിയസ്സിനു ചുറ്റുമായി പല ഓർബിറ്റുകളിലായി കറങ്ങിക്കൊണ്ടിരിക്കുന്നു. ഒരു ആറ്റത്തിൽ ഇലക്ട്രോണിന്റെയും പ്രോട്ടോണിന്റെയും സംഖ്യ ഒന്നു തന്നെയാണ്.

ന്യൂക്ലീയർ explosion

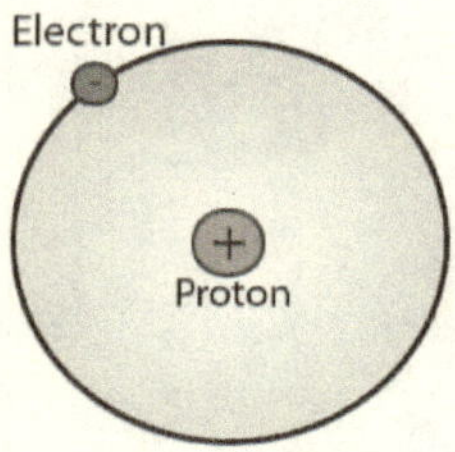

Hydrogen Atom

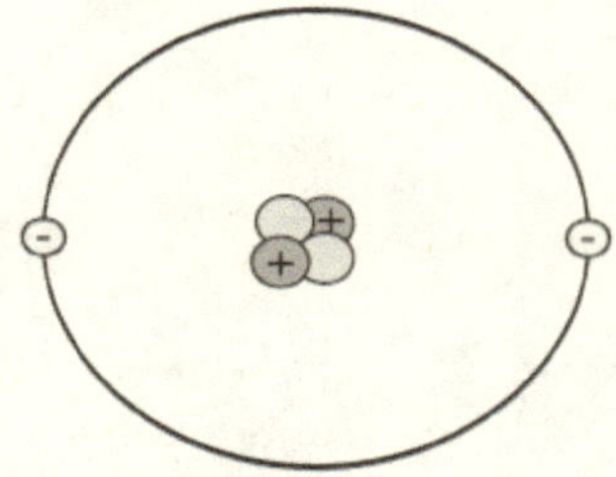

Helium Atom

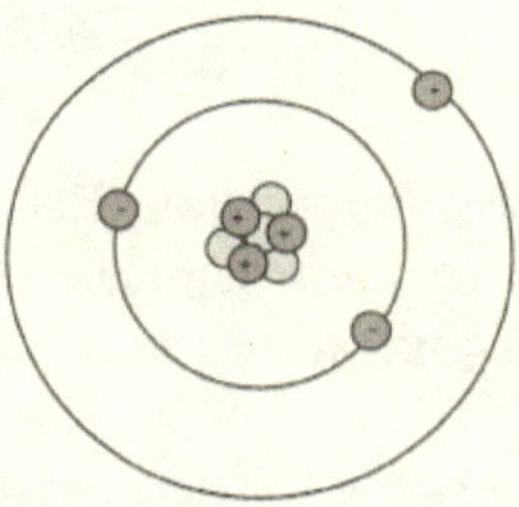

Litium Atom

ഏറ്റവും പ്രാഥമികമായ ആറ്റം ഹൈഡ്രജന്റേതാണ്.ഹൈഡ്രജൻ ആറ്റം ഒരു പ്രോട്ടോണും, ഹീലിയം ആറ്റം രണ്ടു പ്രോട്ടോണും, ലിത്തിയം ആറ്റം മൂന്നു പ്രോട്ടോണും, ഭാരം കൂടിയ ആറ്റമായ യുറേനിയം ആറ്റം 92 പ്രോട്ടോണുകളും അടങ്ങുന്നു. ഹൈഡ്രജൻ അറ്റമിൽ ന്യൂട്രോൺ ഇല്ല. ഹീലിയം ന്യൂക്ലിയസ്സിൽ രണ്ടു പ്രോട്ടോണും രണ്ടു ന്യൂട്രോണുമാണുള്ളത്. ലിത്തിയം ന്യൂക്ലിയസ്സിൽ മൂന്നു പ്രോട്ടോണും നാലു ന്യൂട്രോണുമാണുള്ളത്.

യൂറേനിയം ന്യൂക്ലിയസ്സിൽ 92 പ്രോട്ടോണും 146 ന്യൂട്രോണുമാണ് ഉള്ളത്. ന്യൂക്ലിയസ്സിനകത്തുള്ള പ്രോട്ടോണുകളും ന്യൂട്രോണുകളും ശക്തമായ ന്യൂക്ലിയർ ബലം മൂലം ബന്ധിതമാണ്. കൂടുതൽ പ്രോട്ടോണും ന്യൂട്രോണും ഉള്ള ആറ്റത്തിൽ ബന്ധിതമായ ന്യൂക്ലിയർ ബലം, പരസ്പരം വികർഷിക്കുന്ന പ്രോട്ടോണുകളുടെ ബലത്തേക്കാൾ വളരെ കുറച്ചു മാത്രമാണ് കൂടുതൽ ഉള്ളത്. ഇത്തരം ന്യൂക്ലിയസ്സുകൾ അസ്ഥിരമായതും അവയെ പെട്ടന്ന് ന്യൂക്ലിയർ വിഘടനത്തിനു (Nuclear fission)

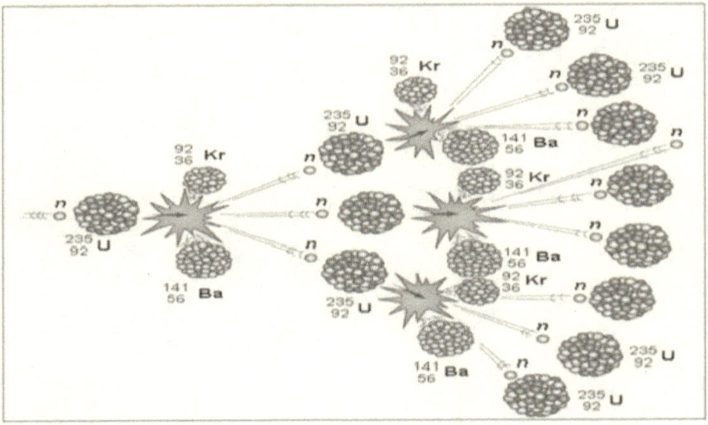

Fig. ആറ്റോമിക് റിയാക്ഷൻ

വിധേയമാക്കാവുന്നതാണ്.വിഘടനത്തിലൂടെ (Fission) ആറ്റോമിക് ന്യൂക്ലിയസ്സ് വ്യത്യസ്ഥമായ ഒന്നോ രണ്ടോ ന്യൂക്ലിയസ്സ് ആയി വിഘടിക്കാനും അതിലൂടെ ന്യൂക്ലിയർ ഊർജ്ജം ഉണ്ടാവുകയും ചെയ്യുന്നു.

ഐസോടോപ്പ് (Isotope)

ആറ്റോമിക് ഭാരം എന്നു പറയുന്നത് ആറ്റത്തിലുള്ള പ്രോട്ടോണിന്റെയും ന്യൂട്രോണിന്റെയും നമ്പറുകൾ ചേർന്നതാണല്ലോ. ഒരു മൂലകത്തിന്റെ ആറ്റത്തിലുള്ള പ്രോട്ടോണിന്റെ എണ്ണത്തിൽ ഒരിക്കലും മാറ്റം വരില്ല പക്ഷെ ന്യൂട്രോണിന്റെ എണ്ണമങ്ങിനെയല്ല. അതുകൊണ്ടു തന്നെ ഒരു മൂലകം വിവിധ ആറ്റോമിക് ഭാരത്തോടെ ഉണ്ടാകാം. ഒരു മൂലകത്തിന്റെ ആറ്റങ്ങൾ വ്യത്യസ്ഥ ആറ്റോമിക് ഭാരണത്തോടെ ഉള്ളതിനെയാണ് ഐസോടോപ്പ് എന്നു പറയുന്നത്. ഉദാഹരണത്തിന് യൂറേനിയത്തിന്റെ രണ്ടു വ്യത്യസ്ഥ ഐസോടോപ്പുകളാണ് യൂറേനിയം -235, യൂറേനിയം -238 എന്നിവ. അതുപോലെ തന്നെ ഹൈഡ്രജന്റെ വ്യത്യസ്ഥ

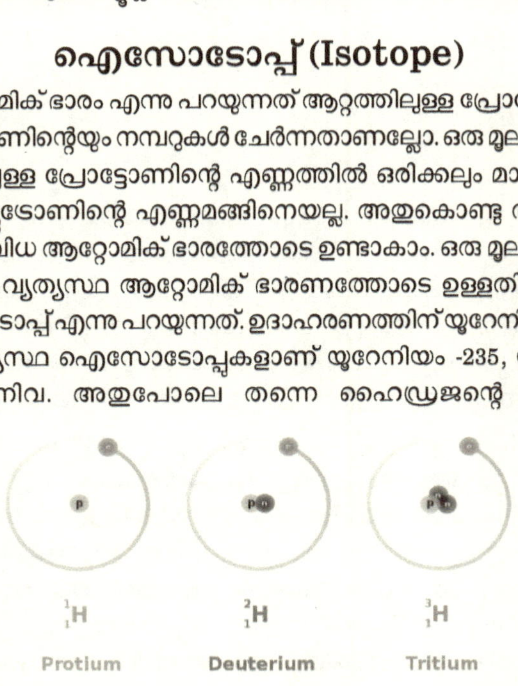

ഐസോടോപ്പുകളാണ് ഹൈഡ്രജൻ (ന്യൂക്ലിയസ്സിൽ ഒരു പ്രോട്ടോൺ), Deuterium അഥവാ ഹെവി ഹൈഡ്രജൻ (ഒരു പ്രോട്ടോൺ, ഒരു ന്യൂട്രോൺ), ട്രിഷ്യം (ഒരു പ്രോട്ടോൺ, 2 ന്യൂട്രോൺ) യുറേനിയം 235, പ്ലൂട്ടോണിയം -239 എന്നിവയുടെ ആറ്റങ്ങൾ സ്ഥിരതയില്ലാത്തതും അവയെ ന്യൂട്രോൺ കൊണ്ടു ഇടിച്ച് വിഘടിപ്പിക്കുവാൻ സാദ്ധ്യവുമാണ്. ഇതിലൂടെ വളരെയധികം ഊർജ്ജം ഉല്പാദിപ്പിക്കപ്പെടുന്നു. ഈ പ്രതി ഭാസത്തെ ന്യൂക്ലിയർ ഫിഷൻ എന്നു പറയുന്നു. ഇതോടൊപ്പം ഭാരം കുറഞ്ഞ ആറ്റങ്ങളും ഉണ്ടാകുന്നു

വിഘടിച്ചുണ്ടാകുന്ന ഭാരം കുറഞ്ഞ ആറ്റങ്ങളുടെയും ന്യൂട്രോണുകളു ടെയും ഭാരം ആദ്യമുണ്ടായിരുന്ന ഭാരം കൂടിയ ആറ്റങ്ങളുടെ (യുറേനിയം 235 or പ്ലൂട്ടോണിയം 239)ഭാരത്തിനേക്കാൾ നേരിയ തോതിൽ കുറവാ യിരിക്കും. ഇതിൽ നിന്നും ന്യൂക്ലിയർ ഫിഷനിൽ പിണ്ഡത്തിന്റെ ഒരംശം നഷ്ടമാകുന്നുണ്ടെന്നു കാണാം. ഈ നഷ്ടമാകുന്ന പിണ്ഡം ഊർജ്ജ മായി മാറുകയാണെന്ന് വ്യക്തമാകുന്നു ഐൻസ്റ്റൈനിന്റെ സമവാ ക്യപ്രകാരം ($E=mc^2$) ചെറിയൊരു അംശം പദാർത്ഥം വലിയൊരു ഊർജ്ജത്തിന് സമമാണല്ലോ. ഒരു ടൺ യുറേനിയം 235, ന്യൂക്ലിയർ ഫിഷന് വിധേയമായാൽ ഉണ്ടാകുന്ന ഊർജ്ജം ഏകദേശം 20, 000 ടൺ കൽക്കരി കത്തിച്ചുണ്ടാകുന്ന വൈദ്യുതി ഊർജ്ജത്തിന് സമമാണ്.

ന്യൂക്ലിയർ റിയാക്ടറുകൾ

നിയന്ത്രിതമായ അവസ്ഥയിൽ ന്യൂക്ലിയർ ഫിഷൻ നടത്തുന്ന വൻ ഉപകരണങ്ങളെയാണ് ന്യൂക്ലിയർ റിയാക്ടർ എന്നു പറയുന്നത്. ഇതിൽ ഉപയോഗിക്കുന്ന പ്രാഥമികമായ ഇന്ധനം യുറേനിയം ആണ്.

പ്രധാനമായും രണ്ടു തരത്തിലുള്ള ന്യൂക്ലിയർ റിയാക്ടറുകൾ ആണ് ഉള്ളത്. തെർമൽ റിയാക്ടറുകളും ഫാസ്റ്റ് ബ്രീഡർ റിയാക്ടറുകളും

താപ റിയാക്ടറുകൾ

ഇത്തരം റിയാക്ടറുകളിൽ യുറേനിയം ഇന്ധനമായി ഉപയോഗിക്കു ന്നു. റീയാക്ഷൻ നിയന്ത്രിക്കുന്നതിന് മോഡറേറ്ററുകളും ഉപയോഗിക്കുന്നു. താരതമ്യേന പതുക്കെ സഞ്ചരിക്കുന്ന താപ ന്യൂട്രോൺ ഉപയോഗി ക്കുന്നതു കൊണ്ടാണ് താപ റിയാക്ടർ എന്നു പറയുന്നത്.

യുറേനിയം ഡൈ ഓക്സയിഡ് പെല്ലറ്റ് ആയി നീളമുള്ള ലോഹ ട്യൂബിൽ പാക്ക് ചെയ്താണ് ഇന്ധന എലിമെന്റ് ആയി ഉപയോഗിക്കു ന്നത്. ഉപയോഗിച്ചു കഴിഞ്ഞ ഇന്ധന എലിമെന്റ് ഇടവിട്ട സമയങ്ങളിൽ

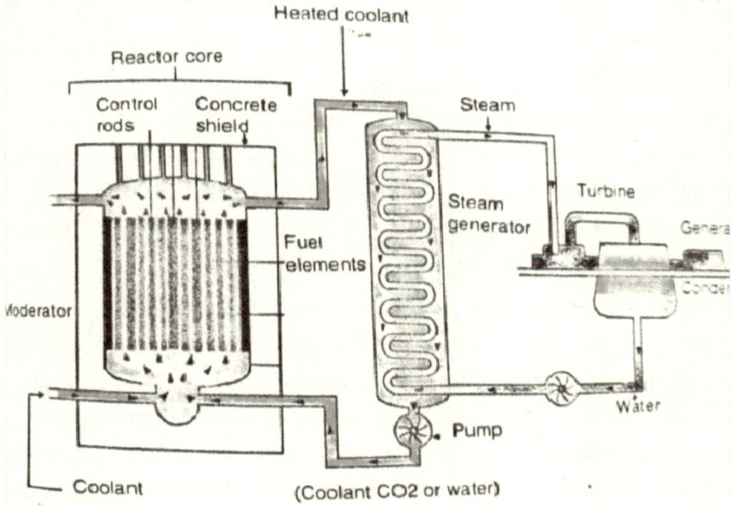

Fig. താപ റിയാക്ടർ

മാറ്റി പുതിയത് വെക്കുന്നു. നിയന്ത്രണ ദണ്ഡുകൾ ന്യൂക്ലിയർ റിയാക്ഷനെ നിയന്ത്രിക്കുന്നു. വിഘടനത്തിലൂടെ (Fission) ആറ്റോമിക് ന്യൂക്ലിയസ്സ് വ്യത്യസ്ഥമായ ഒന്നോ രണ്ടോ ന്യൂക്ലിയസ്സ് ആയി വിഘടിക്കുകയും അതിലൂടെ ന്യൂക്ലിയർ ഊർജ്ജം ഉണ്ടാവുകയും ചെയ്യുന്നു.

നിയന്ത്രണ ദണ്ഡുകൾ (Control rod), ന്യൂട്രോണിനെ പെട്ടന്ന് ആഗിരണം ചെയ്യുന്ന ബോറോൺ ഉപയോഗിച്ചാണ് ഉണ്ടാക്കിയിരിക്കുന്നത്. നിയന്ത്രണ ഇലക്ട്രോഡുകൾ അഡ്ജസ്റ്റ് (Adjust) ചെയ്ത് റിയാക്ഷൻ (Reaction) കുറക്കാനും കൂട്ടാനും സാധിക്കും.

യുറേനിയം ഇന്ധനവും ഫിഷനിലൂടെ ഉണ്ടായ മറ്റു പദാർത്ഥങ്ങളും അണുപ്രസരണമുള്ളതു മൂലം, അണുപ്രസരണം വെളിയിൽ വരാതിരിക്കാൻ സ്റ്റീലിന്റെയോ കോൺക്രീറ്റിന്റെയോ ഷിൽഡ് ഉണ്ടായിരിക്കേണ്ടത് ആവശ്യമാണ്. ഇന്ത്യൻ റിയാക്ടറുകൾക്കു ഇരട്ട ഷിൽഡ് ആണ് ഉള്ളത്. ഫിഷനിലൂടെ ഉണ്ടാകുന്ന താപം ബോയിലറിന്റെ സഹായത്തോടെ നീരാവിയാക്കി ടർബൈനും ജനറേറ്ററും പ്രവർത്തിപ്പിച്ച് വൈദ്യുതി ആക്കി മാറ്റുന്നു. പ്രകൃതിദത്ത യുറേനിയം ഉപയോഗിക്കുന്ന സ്ഥലങ്ങളിൽ ശീതീകരണി (Coolant) ആയി ഘനജലവും എൻറിച്ച് യുറേനിയം (Enrich Uranium) ഉപയോഗിക്കുന്ന സ്ഥലങ്ങളിൽ സാധാരണ ജലവുമാണ് ഉപയോഗിക്കുന്നത്.

ഫാസ്റ്റ് ബ്രീഡർ റിയാക്ടർ
(Fast Breeder Reactor)

പ്രകൃതിദത്ത യുറേനിയം, യുറേനിയം -235, യുറേനിയം 238 എന്നിവ ചേർന്നതാണ്.

താപറിയാക്ടറുകളിൽ uranium-235 മാത്രമേ ഫിക്ഷന് വിധേയമാക്കാൻ സാദ്ധ്യമാകൂ. പ്രകൃതിദത്ത യുറേനിയത്തിന്റെ 99.37% ഭാഗവും യുറേനിയം 238 ആണ്. ഫാസ്റ്റ് ബ്രീഡർ റിയാക്ടർസ് യുറേനിയം -238 വിനെ പ്ലൂട്ടോണിയം -239 ആക്കി മാറ്റിയ ശേഷമാണ് ഫിക്ഷന് വിധേയമാക്കാൻ കഴിയുക.

ഫാസ്റ്റ് ബ്രീഡർ റിയാക്ടറിൽ മോഡറേറ്റർ ഇല്ല. അതിനാൽ തന്നെ ഫിഷൻ റീയാക്ഷന്റെ വേഗത കുറക്കാൻ പറ്റില്ല. അതുകൊണ്ടു തന്നെയാണ് ഇത്തരം റിയാക്ടറുകളെ ഫാസ്റ്റ് റിയാക്ടറുകൾ എന്നു പറയുന്നത്.

വേഗ റിയാക്ടറുകളിൽ ഇന്ധന എലിമെന്റ് പ്ലൂട്ടോണിയം -239 ന്റെയും യുറേനിയം 238 ന്റെയും മിശ്രിതമാണ്. കോറിനകത്തു plutonium239 യും ബ്ലാങ്കറ്റിനകത്തു (Blanket) യുറേനിയം -238 യുമാണ്. കോറിനകത്തു പ്ലൂട്ടോണിയം ഫിഷന് വിധേയമാകുന്നു. കോറിൽ ഉണ്ടാകുന്ന ചൂട് വളരെ കൂടുതൽ ആയതു കൊണ്ടു ശീതീകരണിയായി (Coolant) ആയി ദ്രവ സോഡിയം ആണ് ഉപയോഗിക്കുന്നത്.

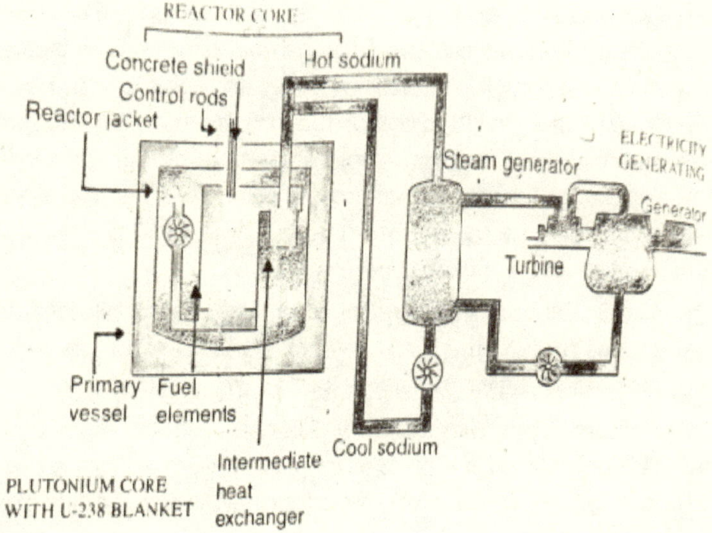

Fig. ഫാസ്റ്റ് ബ്രീഡർ റിയാക്ടർ

ബ്ലാങ്കറ്റിനകത്തു നല്ലൊരു ശതമാനം യുറേനിയം-238, പ്ലൂട്ടോണിയം ആയി മാറ്റപ്പെടുന്ന കോറിൽ ഫിഷൻ ചെയ്യപ്പെടുന്ന പ്ലൂട്ടോണിയത്തേക്കാൾ കൂടുതൽ പ്ലൂട്ടോണിയം -239 ബ്ലാങ്കറ്റിൽ ഉണ്ടാകുന്നു. ഇക്കാരണങ്ങളാൽ കൊണ്ടു തന്നെ ഫാസ്റ്റ് റിയാക്റ്റുകൾ ഫാസ്റ്റ് ബ്രീഡർ റിയാക്ടറുകൾ എന്നാണ് പറയപ്പെടുന്നത്.

ഫാസ്റ്റ് ബ്രീഡർ റിയാക്ടറുകളിൽ യുറേനിയം -238 ആറ്റങ്ങൾ ന്യൂട്രോൺ ആഗിരണം (Absorrb) ചെയ്യുമ്പോഴാണ് പ്ലൂട്ടോണിയം -239 ഉണ്ടാകുന്നത്.

ചുരുക്കം ചില രാജ്യങ്ങൾക്കു മാത്രമേ ഫാസ്റ്റ് ബ്രീഡർ റിയാക്ടറുകൾ ഉള്ളൂ. ഇന്ത്യ അതിലൊന്നാണ്. ചെന്നൈക്കടുത്തു കല്പാക്കത്താണ് ഇന്ത്യയുടെ ആദ്യ ഫാസ്റ്റ് ബ്രീഡർ റിയാക്ടർ സ്ഥാപിതമായത്

ഒരു ടൺ പ്രകൃതിദത്ത യുറേനിയം താപ റിയാക്ടറിൽ ഫിഷന് വേണ്ടി ഉപയോഗിക്കുമ്പോൾ 20,000 ടൺ കൽക്കരിക്കു തുല്യമായ ഊർജ്ജം ഉണ്ടാകുന്നു.

അതെ സമയം ഒരു ടൺ യുറേനിയം ഫാസ്റ്റ് ബ്രീഡർ റിയാക്ടറിൽ ഉപയോഗിക്കുമ്പോൾ 1,000,00 ടൺ കൽക്കരിക്കു തുല്യമായ ഊർജ്ജം ഉണ്ടാകുന്നു

ന്യൂക്ലീയർ ഫ്യൂഷൻ

സൂര്യൻ മുഖ്യമായും ഹൈഡ്രജൻ നിറഞ്ഞതാണല്ലോ. ഹൈഡ്രജൻ ആറ്റങ്ങൾ കൂടിച്ചേരുകയും ഹീലിയം ഉണ്ടാകുകയും വളരെയധികം ഊർജ്ജം, ചൂടും വെളിച്ചവുമായി ഉല്പാദിപ്പിക്കപ്പെടുകയും ചെയ്യുന്നു. ഈ അത്യുഗ്ര ചൂടും വെളിച്ചവുമാണ് സൂര്യന്റെ താപം നിലനിർത്തുന്നതും അതിനെ ജ്വലിപ്പിക്കുന്നതും. ഇവിടെയും ഫിഷനിലെന്നതുപോലെ പിണ്ഡത്തിന്റെ ചെറിയൊരു അംശം ഊർജ്ജമായി മാറുകയാണ് ചെയ്യുന്നത്. സൂര്യനകത്തു നടക്കുന്ന പ്രക്രിയയെ തെർമോന്യൂക്ലീയർ ഫ്യൂഷൻ എന്നാണ് പറയുന്നത്

ന്യൂക്ലിയർ ഫിഷൻ, ഭാരം കൂടിയ ആറ്റം ന്യൂക്ലിയസ് വിഭജിക്കുന്ന പ്രക്രിയയാണെങ്കിൽ ന്യൂക്ലിയർ ഫ്യൂഷൻ ഭാരം കുറഞ്ഞ ആറ്റങ്ങൾ കൂടിച്ചേർന്നു ഭാരം കൂടുതലുള്ള ആറ്റം ഉണ്ടാകുന്ന പ്രക്രിയയാണ്.

പല വിധത്തിലുള്ള റിയാക്ക്ഷനിലൂടെ ഭാരം കുറഞ്ഞ ആറ്റം ന്യൂക്ലിയസ് കൂടിച്ചേർന്നു ഭാരം കൂടിയ ആറ്റം ന്യൂക്ലിയസ് ആയിമാറാൻ കഴിയും. ശാസ്ത്രജ്ഞർ കൂടുതലും ഗവേഷണം കേന്ദ്രീകരിച്ചിരിക്കുന്നത് ഡ്യൂറ്റേറിയം (Deuterium), ട്രിഷ്യം (Tritium), ഹീലിയം എന്നിവ ഉൾക്കൊള്ളുന്ന തെർമോ ന്യൂക്ലിയർ റിയാക്ക്ഷനിലാണ്

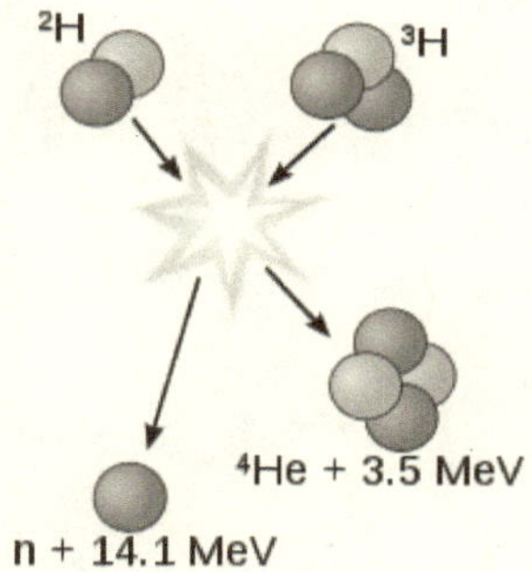

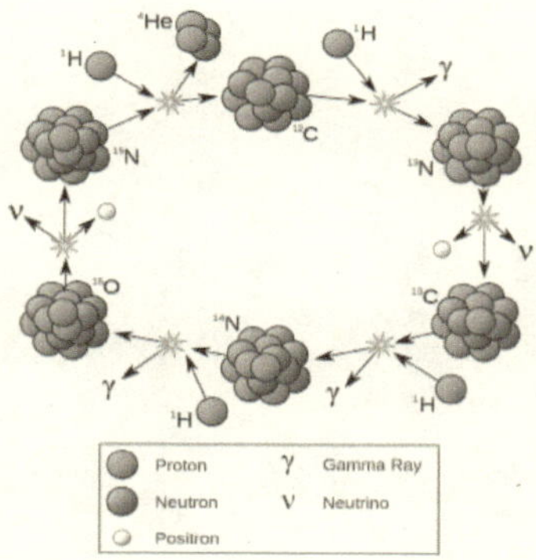

ഫ്യൂഷൻ റിയാക്ടർ

ഫ്യൂഷൻ നടത്താനുള്ള ഏറ്റവും വലിയ പ്രശ്നമായി കാണുന്നത് പ്ലാസ്മ (Plasma) താപം തെർമോ ന്യൂക്ലിയർ റിയാക്ക്ഷന് വേണ്ടി ആറ് മില്യൺ ഡിഗ്രിയിൽ നിലനിർത്തുക എന്നതു തന്നെയാണ്. ഇതിനു വേണ്ടി പല മാർഗ്ഗങ്ങളിലും ഗവേഷണം നടത്തിക്കൊണ്ടിരിക്കുന്നുണ്ട്. വിജയകരമായ ഒരു മാർഗ്ഗം പ്ലാസ്മ കാന്ത വലയത്തിലാക്കുക എന്നതാണ്. പിന്നൊരു മാർഗ്ഗം ശക്തമായ ലേസർ ബീം ഫ്യൂഷൻ തുടങ്ങാൻ ഉപയോഗിക്കുക എന്നതാണ്.

ഫ്യൂഷന്റെ ഭാഗമായി വളരെ കൂടിയ തോതിലുള്ള ട്രിഷ്യം (Tritium) ഉണ്ടാകുമെന്നതും ഒരു പ്രശ്നമായി അവശേഷിക്കുന്നു.

ഫ്യൂഷൻ റിയാക്ക്ഷന് ഇന്ധനച്ചെലവ് കുറവാണ്. ഡ്യൂറ്റേറിയം (Deuterium)ഹെവി വാട്ടറിന്റെ ഭാഗമായി കടൽ വെള്ളത്തിൽ ധാരാളം ഉണ്ട്. ഫ്യൂഷൻ മൂലമുണ്ടാകുന്ന ഉൽപ്പന്നങ്ങൾ അണുവികിരണം കുറഞ്ഞ മൂലകങ്ങളോ സ്ഥിരതയുള്ള മൂലകങ്ങളുടെ ഐസോടോപ്പോ ആണ്. ഫ്യൂഷൻ അന്തരീക്ഷ മലിനീകരണത്തിലേക്കു നയിക്കുന്ന വാതകങ്ങളൊന്നും ഉല്പാദിപ്പിക്കുന്നില്ല.

ഇത്തരത്തിൽ നേട്ടങ്ങൾ വളരെയധികം ഉണ്ടെങ്കിലും ഫ്യൂഷൻ വഴി എനർജി ഉല്പാദിപ്പിക്കുന്നതിൽ ഉള്ള സാങ്കേതികപ്രശ്നങ്ങൾക്ക് ഇതുവരെയും പരിഹാരമൊന്നുമായിട്ടില്ല

References:-

4) Energy A.K.Bakshi (NBT)

5) Wikipedia

സൂര്യന്റെ ഊർജ്ജം

സൂര്യൻ ജ്വലിക്കട്ടെ.. സൂര്യനിൽനിന്നു മാത്രമല്ല, നക്ഷത്രങ്ങളെല്ലാം ചേർന്നു നിസ്സീമമായ ഊർജ്ജം ഉല്പാദിപ്പിക്കപ്പെടട്ടെ. ഭൂമിയിലു ള്ള വൈദ്യുതനിലയങ്ങൾ ചേർന്നു ഉല്പാദിപ്പിക്കപ്പെടുന്ന ഊർജ്ജത്തി ന്റെ 200,000 മില്യൻ ഇരട്ടി ഊർജ്ജം സൂര്യനിൽ ഒരു സെക്കൻഡിൽ ഉല്പാദിപ്പിക്കപ്പെടുന്നുവത്രെ !

സൂര്യന്റെ അകം(Inside the Sun)

ഫോട്ടോസ്ഫിയറിനു താഴെയായി അതായതു സൂര്യന്റെ ഉപരിതല ത്തിൽ കൺവെൻഷൻ സോണും (Convention zone), റേഡിയോ ആക്ടീവ് സോൺ എന്നിവയും മധ്യഭാഗത്തായി കോർ (Core) എന്നി വയുമാണ്. അത്യുഗ്രമായ ഊഷ്മാവുള്ള കോർ പ്ലാസ്മ രൂപത്തിലാണ്. ഫ്യൂഷൻ റീയാക്ഷൻ (Reaction) നടക്കുന്നതും ഊർജ്ജം ഉണ്ടാകുന്ന തും ഈ പ്രദേശത്താണ്. കോറിലെ ഊഷ്മാവ് 15000,000 ഡിഗ്രി C, റേഡിയോ ആക്ടീവ് സോൺ 2,500,000 Degree C, കൺവെൻഷൻ സോൺ 1,100,000 ഡിഗ്രി C എന്നിങ്ങനെയാണ്.

സോളാർ ഊർജ്ജം ഉപരിതലത്തിൽ വന്നു പതിക്കുന്നത് ഒരു ദിവസം 120 പെറ്റാവാട്ട്സ് (1petawatt = 10^{15} watts) എന്ന തോതിലാണ്. അതായതു ഒരു ദിവസം ഭൂമിയിൽ വന്നു പതിക്കുന്ന സൗരോർജ്ജം 20 വർഷത്തേക്ക് മനുഷ്യന്റെ ഊർജ്ജ ആവശ്യം നിറ വേറ്റാൻ പറ്റും. പക്ഷെ അതിന്റെ ചെറിയ ഒരംശം മാത്രമേ ഊർജ്ജാ വശ്യങ്ങൾക്കു ഉപയോഗിക്കാൻ പറ്റുന്നുള്ളൂ

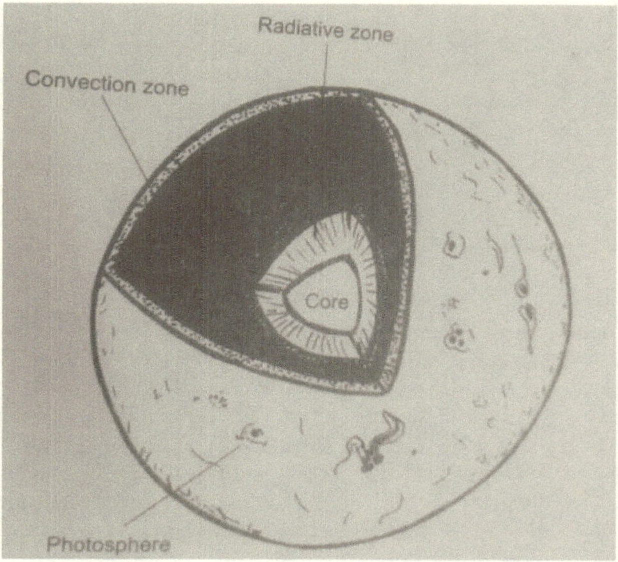

Fig. സൂര്യന്റെ അംശം

ഏറ്റവും പെട്ടെന്ന് ലഭ്യമായ ഊർജ്ജത്തിന്റെ സ്രോതസ്സ് സൂര്യൻ തന്നെയാണ്. ഇതു യാതൊരു മലിനീകരണവുമില്ലാത്ത ഊർജ്ജ സ്രോതസ്സാണ് സൗരോർജ്ജത്തിന്റെ കാര്യത്തിൽ വ്യക്തികൾക്കോ രാജ്യങ്ങൾക്കോ ഒരു നിയന്ത്രണവും കൊണ്ട് വരാൻ പറ്റില്ല.

സൂര്യ പ്രകാശം പല തരംഗ ദൈർഘ്യമുള്ള (wavelength) ഉള്ള പ്രകാശ രസ്മികളുടെ മിശ്രിതമാണ്. ദൃശ്യപ്രകാശ രശ്മികളായ വയലറ്റ്, ഇൻഡിഗോ, നീല, പച്ച, മഞ്ഞ, ഓറഞ്ച്, ചുവപ്പ് എന്നിങ്ങനെ വിവിധ തരംഗദൈർഘ്യമുള്ള ദൃശ്യപ്രകാശവും ദൃശ്യമല്ലാത്ത ഇൻഫ്രാറെഡ്, അൾട്രാവയലെറ് രശ്മികളും പെടുന്നു.

സൂര്യപ്രകാശം ഭൂമിയുടെ അന്തരീക്ഷത്തിൽ പതിക്കുമ്പോൾ അതിലൊരുഭാഗം പൊടിപടലങ്ങളാലും മേഘങ്ങളാലും പ്രതിപതനം(Reflect) ചെയ്യപ്പെടുന്നു. അതിൽ ഒരു ഭാഗം കാർബൺ ഡൈ ഓക്സൈഡ്, ജല ബാഷ്പം, ഓസോൺ ലെയർ എന്നിവ ആഗിരണം ചെയ്യുന്നു. വളരെ അപകടകരമായ അൾട്രാവയലറ്റ് രസ്മികൾ ഓസോൺ ലെയർ ആഗിരണം ചെയ്യുന്നു. ഇൻഫ്രാറെഡ് രശ്മികളുടെ ഒരു ഭാഗം മേഘങ്ങൾ, കാർബൺ ഡൈ ഓക്സിയ്ഡ്, ജലബാഷ്പം എന്നിവയാൽ ആഗിരണം ചെയ്യപ്പെടുന്നു. ഭൂമിയിലെത്തുന്ന സൂര്യര

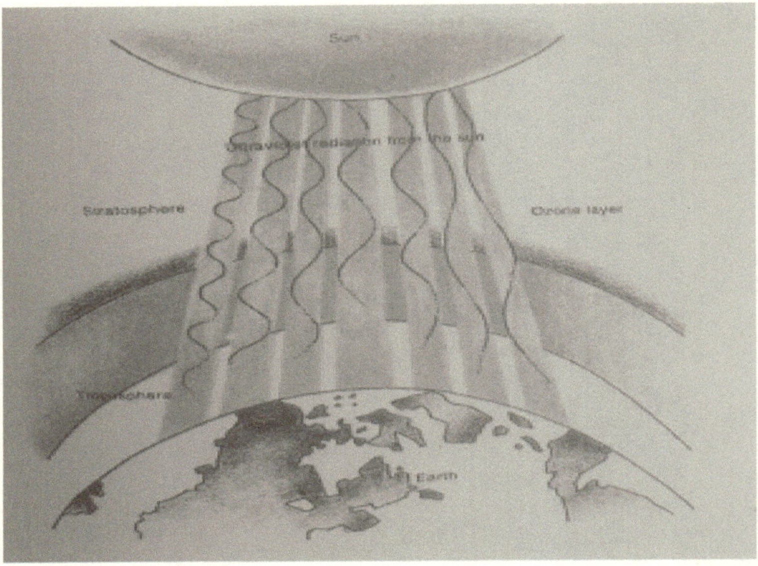

Fig. ഓസോൺ ലെയർ

ശ്മികൾ മുൻ പറഞ്ഞ പല ഘടകങ്ങളെ ആസ്പദിച്ചിരിക്കുന്നു. ആകാശം ക്ലീയറായിരിക്കുന്ന സമയത്ത് ലഭിക്കുന്ന സോളാർ റേഡിയേഷൻ കൂടുതലായിരിക്കുമല്ലോ. ആ സമയത്ത് ഒരു ടെന്നീസ് കോർട്ടിന് തത്വല്യ മായ സ്ഥലത്തു ലഭിക്കുന്ന സോളാർ ഊർജ്ജം 135 ലിറ്റർ പെട്രോളിന് തുല്യമാണ്.

സൂര്യൻ തന്നെയാണ് പലവിധത്തിലുള്ള പുതുക്കപ്പെടുന്ന ഊർജ്ജം ഭൂമിയിൽ ഉണ്ടാകുന്നതിന്റെ കാരണം. കാറ്റുണ്ടാകുന്നതിനും അതിലൂടെ വിൻഡ് എനർജി ഉണ്ടാകുന്നതിനും സൂര്യൻ തന്നെയാണ് കാരണം. സൂര്യന്റെ ചൂട് മൂലം തന്നെയാണ് സമുദ്രത്തിന്റെ ഉപരിതലം സമുദ്രത്തി ന്റെ അടിത്തട്ടിനെക്കാൾ ചൂടാകുന്നത് സമുദ്രത്തിന്റെ ഉപരിതലവും അന്തർഭാഗവും തമ്മിലുള്ള താപവ്യത്യാസം തന്നെ ഒരു ഊർജ്ജസ്രോ തസ്സായി ഉപയോഗിക്കാവുന്നതാണ്.

സമൂഹം പല വിധത്തിൽ സൂര്യ ഊർജ്ജത്തെ ഉപയോഗിക്കുന്നു. ഖനിജത ഇന്ധനങ്ങളുടെ (Fossil fuel) ഉപയോഗം കുറക്കാൻ സോളാർ എനർജി അടക്കം പലവിധത്തിലുള്ള പുതുക്കപ്പെടുന്ന ഊർജ്ജസ്രോതസ്സുകളെ (Renewable energy) ധാരാളമായി ഉപയോ ഗിക്കാൻ തുടങ്ങിയിട്ടുണ്ട്. പാരമ്പര്യേതര ഊർജ്ജസ്രോതസ്സുകളായ (Alternative energy) കാറ്റ്, ജിയോതേർമൽ, ജലശക്തി, സോളാർ ഊർജ്ജം എന്നിവക്കെല്ലാം ഭാവിയിൽ വളരെയധികം സ്ഥാനമുണ്ട്.

എല്ലാ ഊർജ്ജത്തിനും മൂല കാരണം സൂര്യൻ !

കൽക്കരി, എണ്ണ, പ്രകൃതിവാതകം എന്നിവ ഖനീജ ഇന്ധനങ്ങൾ ആണല്ലോ. അതെല്ലാം വൃക്ഷലതാതികളും മൃഗങ്ങളും ദ്രവിച്ച മണ്ണിൽ ചേർന്നു ഉണ്ടായതാണല്ലോ. വൃക്ഷങ്ങളിലും ജീവജാലങ്ങളിലും സൂര്യനിൽ നിന്നുള്ള ചൂടിനെ ആസ്പദമാക്കിയാണല്ലോ രാസപദാർത്ഥങ്ങൾ ഉടലെടുക്കുന്നത്. ഖനീജ ഇന്ധനങ്ങൾ കത്തിക്കുമ്പോൾ രാസപദാർത്ഥങ്ങൾ താപോർജ്ജവും പ്രകാശോർജ്ജവുമായി മാറുന്നു.

സൂര്യനിൽ നിന്നുള്ള ഊർജ്ജത്തിൽ പ്രകാശം, ചൂട്, ഇലക്ട്രോമാഗ്നറ്റിക് റേഡിയേഷൻ എന്നിവയെല്ലാം ഉൾപ്പെടുന്നു. സോളാർ ഊർജ്ജം സൂര്യനകത്തു നടക്കുന്ന ന്യൂക്ലീയർ റിയാക്ഷന്റെ ഫലമായാണ് ഉണ്ടാകുന്നത്. ഭൂമിയിൽ ലഭിക്കുന്ന സോളാർ ഊർജ്ജത്തിന്റെ ചെറിയൊരു ശതമാനം മാത്രമേ മനുഷ്യൻ ഉപയോഗിക്കുന്നുള്ളൂ. കാലാവസ്ഥയിലടക്കം ഭൂമിയിൽ ഉണ്ടാകുന്ന എല്ലാ മാറ്റങ്ങൾക്കും സൂര്യനിൽ നിന്ന് ലഭിക്കുന്ന താപ ഊർജ്ജവും പ്രകാശ ഊർജ്ജവുമാണ് കാരണം

സമുദ്രോർജ്ജം (Ocean Energy)

സമുദ്രത്തിലെ അന്തർപ്രവാഹവും തിരാമലകളും സമുദ്രതരംഗവും ധാരാളം ഊർജ്ജം ഉണ്ടാക്കുന്നുണ്ട്. ഇതെല്ലാം വൈദ്യുതി ഉണ്ടാക്കാൻ ഉപയോഗിക്കാം സമുദ്രത്തിന്റെ ഉപരിതലവും അന്തർഭാഗവും തമ്മിലുള്ള ഉള്ള ഊഷ്മാവിലെ മാറ്റവും വൈദ്യുതി ഉണ്ടാക്കാൻ പറ്റും. സൂര്യൻ മൂലവും ശക്തമായ സമുദ്ര തിരമാലകൾ ഉണ്ടാകാൻ ഇടയാക്കുന്നു

ബയോ എനർജി (Bio energy)

വൃക്ഷ ലതാതികളും ജന്തുജാലങ്ങളും സൂര്യതാപത്തെ അനുസരിച്ചാണല്ലോ ഇരിക്കുന്നത്. ഇവയെല്ലാം സൂര്യതാപം ശേഖരിച്ചുവെക്കുന്നുവെന്നു പറയാം. ഇവയിൽ നിന്നും ഉണ്ടാകുന്ന ജൈവ പദാർത്ഥങ്ങൾ അഥവാ ബിയോമാസ്സ് വളരെയധികം ഊർജ്ജത്തിന്റെ ഉറവിടമാണ്.

സോളാർ: പ്രകാശ വൈദ്യുതിയും താപവൈദ്യുതിയും

ഫോട്ടോ വോൾടേക് സിസ്റ്റം സൂര്യപ്രകാശത്തെ വൈദ്യുതിയാക്കി മാറ്റുന്നു. ഇവ വളരെക്കാലമായി തന്നെ ശൂന്യാകാശപേടകങ്ങളിൽ വൈദ്യുതിക്കായി ഉപയോഗിക്കുന്നുണ്ട്. ഫോട്ടോ വോൾടേക് സെല്ലുകൾ ഭൂമി ഊർജ്ജപ്രതിസന്ധിയിലേക്ക് കടന്നു ചെല്ലുമ്പോൾ, ഭൂമിയിലേക്ക് ഇറങ്ങി വന്നു എന്നു അതിശയോക്തി കലർത്തി പറയാം. ഭൂമിയുടെ ഊർജ്ജപ്രതിസന്ധിക്കു പരിഹാരമെ

Schematic Illustration of a Photovoltaic Panel under Sunlight

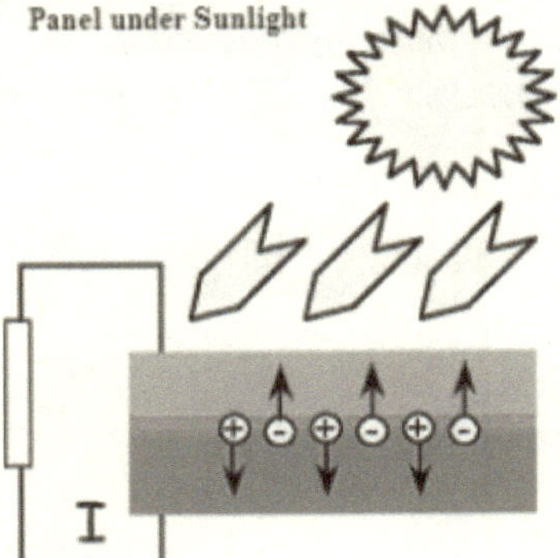

ന്നോണം ഭൂലോകത്തിന്റെ പല ഭാഗത്തായി പതിനായിരക്കണക്കിന് PV സിസ്റ്റംസ് ആണ് സ്ഥാപിക്കപ്പെടുന്നത് വിദൂര വിനിമയത്തിനും റിമോട്ട് പ്രദേശങ്ങളിലേക്കുള്ള വിനിമയത്തിനും എന്നതിനെല്ലാം ഉപരിയായി, ദീർഘകാലാടിസ്ഥാനത്തിൽ ചെലവ് കുറഞ്ഞ വൈദ്യുത ഊർജ്ജഉപാധിയെന്ന നിലയിൽ PV സാങ്കേതിക വിദ്യ വളരെയധികം പ്രാധാന്യം അർഹിക്കുന്നു.

ഗുണകരമായ ഊർജ്ജസ്രോതസ്സായി അടയാളപ്പെടുത്തുന്ന സൗരോർജ്ജ PV മൊഡ്യൂളുകളുടെ പ്രത്യേകതകൾ താഴെ പറയുന്നവയാണ്.

1) സൂര്യപ്രകാശത്തെ ആസ്പദിച്ചുള്ളതാണ്

2) സൂര്യരശ്മി ഉപയോഗിച്ച് വൈദ്യുതി ഉല്പാദിപ്പിക്കപ്പെടുമ്പോൾ പരിസ്ഥിതിക്ക് ഹാനികരമായ ഒന്നും സംഭവിക്കുന്നില്ല.

3) ചലിക്കുന്ന ഭാഗങ്ങളൊന്നും ഇവക്കില്ല.

4) ഇവ മോഡുലാർ ആയാണ് നിർമ്മിക്കപ്പെടുന്നത്. അത് കൊണ്ടു മൊഡ്യൂളുകൾ കൂടിയോ കുറച്ചോ കപ്പാസിറ്റിയിൽ (Capacity) മാറ്റം വരുത്താവുന്നതാണ്.

5) സോളാർ PV സ്വതന്ത്രമായ ഊർജ്ജ യൂണിറ്റായോ മറ്റു ഊർജ്ജ ഉല്പാദനരീതികളുമായി യോജിച്ചോ ഉല്പാദനം നടത്താവുതാണ്.

6) PV മൊഡ്യൂളുകൾ വളരെക്കാലം നിലനിൽക്കുകയും reliable ഉം ആണ്.

7) ഉല്പാദനം അർദ്ധചാലകങ്ങളെ (Semi-conductor)അടിസ്ഥാനമാക്കിയതു കൊണ്ടു ഉയർന്ന തോതിൽ PV മൊഡ്യൂളുകൾ ഉല്പാദിപ്പിക്കാവുന്നതാണ്.

PV ഉപകരണങ്ങൾ വ്യത്യസ്ഥമായ രൂപകല്പനയിൽ വ്യത്യസ്ഥമായ അസംസ്കൃതപദാർത്ഥങ്ങൾ ഉപയോഗിച്ച് ഉണ്ടാക്കുവാൻ പറ്റും. വൈവിദ്ധമാർന്ന നിർമ്മാണരീതികൾ സോളാർ PV ക്കു വിപുലമായ സാദ്ധ്യതകളാണ് ലഭ്യമായിരിക്കുന്നത്.

ഫ്രഞ്ച് ഭൗതികശാസ്ത്രജ്ഞനായ എഡ്മണ്ട് ബെക്യൂറേൽ ആണ് 1839ൽ ഫോട്ടോ വോൾടേക് പ്രതിഭാസത്തെപ്പറ്റി ആദ്യമായി വിവരണങ്ങൾ തരുന്നത്. പിന്നീടുള്ള മൂന്ന് കാൽനൂറ്റാണ്ട് കാലം ജിജ്ഞാസ ജനിപ്പിക്കുന്ന കണ്ടുപിടുത്തമെന്നതിനപ്പുറം കാര്യമായ ഗവേഷണങ്ങൾ ഒന്നും നടന്നില്ല. ബെക്യൂറേൽ ചില പദാർത്ഥങ്ങൾ സൂര്യപ്രകാശത്തിനു

വിധേയമാക്കുമ്പോൾ ചെറിയ തോതിലുള്ള വൈദ്യുതി ഉണ്ടാകുമെന്നാണ് കണ്ടെത്തിയത്. 1870 ഹെൻറിക് ഹേർട്സ് എന്ന ശാസ്ത്രജ്ഞൻ സെലീനിയം പോലുള്ള പദാർത്ഥത്തെ ഈ ആവശ്യത്തിനു വേണ്ടി പഠനവിധേയമാക്കി.

വളരെ താമസിയാതെ തന്നെ സെലീനിയം ഫോട്ടോവോൾടേക് സെല്ലുകളുടെ നിർമ്മിതി ഉണ്ടായി. ഈ സെല്ലുകൾക്കു 1%നും 2% നും ഇടയിലാണ് ഉത്പാദനക്ഷമത (Efficiency)ഉണ്ടായിരുന്നത്. (ഇവിടെ ഉല്പാദനക്ഷമത എന്നു പറയുന്നത് സൂര്യപ്രകാശത്തിന്റെ എത്ര ശതമാനമാണ് വൈദ്യുതി ഊർജ്ജമായി മാറുന്നത് എന്നതിനെയാണ് സൂചിപ്പിക്കുന്നത്.)

1940 കളിലും 1950 കളിലും ശുദ്ധമായ ക്രിസ്റ്റൽ സിലിക്കൺ ഉണ്ടാക്കാനുള്ള Czocharalski പ്രക്രിയയുടെ ആവിർഭാവത്തോടെയാണ് വാണിജ്യപരമായി PV സെല്ലുകൾ ഉണ്ടാക്കാൻ തുടങ്ങിയത്. 1954ൽ ബെൽ ലബോറട്ടറി ആണ് ആണ് സോളാർ സെല്ലുകൾ 4% ഉല്പാദനക്ഷമയോടെ ഉണ്ടാക്കിയത്. 1950 കളിൽ ബഹിരാകാശ സാങ്കേതിക രംഗത്താണ് ഫോട്ടോ വോൾടേക് (PV) സെല്ലുകൾ ധാരാളമായി ഉപയോഗിച്ചു തുടങ്ങിയത്. കമ്മ്യൂണിക്കേഷൻ മേഖല, മൈക്രോവേവ് മേഖല, ഒറ്റപ്പെട്ട സ്ഥലങ്ങളിൽ വൈദ്യുതി എത്തിക്കാനുള്ള ശ്രമങ്ങൾ എന്നിവക്കെല്ലാം PV സാങ്കേതികവിദ്യ സഹായകമായി.

ഇലക്ട്രോണിക്സിലും കമ്പ്യൂട്ടർ രംഗത്തും ഉള്ള വളർച്ചയും PV രംഗത്തെ ഗവേഷണത്തെ സഹായിച്ചു. പെട്രോളിയം, പ്രകൃതിവാതക മേഖലകളിലുണ്ടായ പ്രതിസന്ധി, സോളാർ മേഖലയുടെ വളർച്ചക്ക് സഹായകമായി. ഗാർഹിക ആവശ്യങ്ങൾക്ക് സോളാർ വൈദ്യുതി ഉപയോഗിക്കാമെന്ന സ്ഥിതി വന്നു. അതോടനുബന്ധിച്ചു സോളാർ PV മൊഡ്യൂളുകളുടെ ഉല്പാദനക്ഷമത വർദ്ധിപ്പിക്കുവാനുള്ള ശ്രമങ്ങളുമുണ്ടായി

PV ക്രിസ്റ്റലയിൻ സിലിക്കൺ സാങ്കേതികവിദ്യ കൂടുതൽ ഉല്പാദനക്ഷമവും, വിശ്വസ്തവും, ദീർഘകാലം ഈട് നിൽക്കുന്നതുമായിത്തീർന്നു എന്നതു വാസ്തവമാണ്. കൂടുതൽ ഉല്പാദനക്ഷമമാക്കുന്നതിന്റെ ഭാഗമായി മോനോ ക്രിസ്റ്റലീയ സിലിക്കൺ, പോളി കിസ്റ്റലീയ കാഡ്മിയം ടെലുറോയ്ഡ്, ഗാലിയം ആർസെനൈഡ് എന്നിവയിലെല്ലാം ഗവേഷണം നടന്നു. 80 കളിൽ 15% സൂര്യപ്രകാശത്തെ വൈദ്യുതിയാക്കാവുന്ന തരത്തിലുള്ള സോളാർ സെല്ലുകൾ വികസിപ്പിക്കാൻ സാധിച്ചു.

Examples of Current Commercialized Photovoltaic Applications

പിന്നീട് സോളാർ PV ക്ക് പ്രധാനപ്പെട്ട മൂന്നു മേഖലകളിൽ അതായതു ഗാർഹിക മേഖല, ഒറ്റപ്പെട്ട /standalone മേഖല, യൂട്ടിലിറ്റി മേഖല എന്നിവയിൽ വർദ്ധിച്ച ആവശ്യം നേരിട്ടു. ഉല്പാദനം വർദ്ധിച്ചതും, PV മൊഡ്യൂളുകളുടെ സാങ്കേതിക വിദ്യയുടെ വളർച്ചയും വില കുറയാനിടയാക്കുകയും അതിനനുസരിച്ച മൊഡ്യൂളുകൾക്കു ആവശ്യം വർദ്ധിക്കുകയും ചെയ്തു.

ഫോട്ടോ വൈദ്യുത പ്രഭാവം കാരണമാണ് PV സെല്ലിൽ വീഴുന്ന സൂര്യപ്രകാശം വൈദ്യുതിയായി പരിവർത്തനം ചെയ്യപ്പെടുന്നത്. PV സെൽ സൂര്യപ്രകാശത്തെ വൈദ്യുതിയായി മാറ്റുന്നു. സൂര്യപ്രകാശം ഫോട്ടോണുകൾ (Photons) അടങ്ങിയതാണല്ലോ. (സൂര്യപ്രകാശത്തിന്റെ പാക്കറ്റുകൾ എന്നു പറയാം) സൂര്യപ്രകാശം വ്യത്യസ്ഥ തരംഗനീളമുള്ള പ്രകാശരശ്മികൾ അടങ്ങിയതാണ്. അതിൽ നഗ്നനേത്രങ്ങൾ കൊണ്ടു കാണാൻ പറ്റുന്നവയും അല്ലാത്തവയും ഉണ്ട്. തരംഗനീളം കൂടിയ ഇൻഫ്രാ റെഡ് രശ്മികൾക്കു ഊർജ്ജം കുറവായിരിക്കും. തരംഗനീളം കുറഞ്ഞ അൾട്രാ വയലറ്റ് രശ്മികൾക്കു ഊർജ്ജം കൂടുതലായിരിക്കും. ഫോട്ടോണുകൾ സോളാർ സെല്ലിൽ വന്നു പതിക്കുമ്പോൾ അവ പ്രതിപതനം (Reflect) ചെയ്യപ്പെടുകയോ ആഗിരണം (Absorb) ചെയ്യപ്പെടുകയോ ചെയ്യും. ആഗിരണം ചെയ്യപ്പെടുന്ന ഫോട്ടോണുകളാണ് ഇലക്ട്രിക്കൽ എനർജിയായി മാറുന്നത്. ആഗിരണം ചെയ്യപ്പെടുന്ന ഫോട്ടോണുകളുടെ എനർജി അർദ്ധചാലകത്തിലെ (semiconductor) ഇലക്ട്രോണുകളിലേക്കു മാറ്റപ്പെടുന്നു. ഇലക്ട്രോണുകൾക്കു കിട്ടിയ ഈ പുതിയ ഊർജ്ജത്തോടെ അർദ്ധചാലകത്തിലെ ആറ്റങ്ങൾ ഇലക്ട്രിക് സർക്യൂട്ടിലെ കറന്റിന്റെ ഭാഗമാകുന്നു.

പ്രത്യേക വൈദ്യുതസ്വഭാവത്തോടെ നിർമ്മിച്ച അർദ്ധചാലകങ്ങൾ ഇതോടെ ഇലക്ട്രിക് വോൾട്ടിന്റെ ഉറവിടമാകുന്നു

ഫോട്ടോ വോൾടേക് സോളാർ പാനൽസ്

ക്രിസ്റ്റലൈൻ സിലിക്കോൺ ഫോട്ടോവോൾടേക് (PV) എന്നതു സോളാർ റേഡിയേഷനെ അർദ്ധചാലകത്തിന്റെ സഹായത്തോടെ ഡയറക്റ്റ് കറന്റ് വൈദ്യുതിയാക്കി മാറ്റുന്ന രീതിയാണ്. ഈ പ്രതിഭാസത്തെ ഫോട്ടോ ഇലക്ട്രിക് പ്രതിഭാസം എന്നു പറയുന്നു. ഫോട്ടോ വോൾടേക് പവർ ഉണ്ടാക്കുന്നതിനായി കൂടുതൽ ഫോട്ടോ ഇലക്ട്രിക് സെല്ലുകൾ ചേർത്ത് പാനൽ ഉണ്ടാക്കുന്നു. മോണോ ക്രിസ്റ്റലീയ സിലിക്കൺ, പോളി ക്രിസ്റ്റലീയ സിലിക്കൺ, അമോർഫസ് സിലിക്കൺ, കാഡ്മിയം ടെല്ലുറൈഡ്, കോപ്പർ ഇൻഡിയം ഗാലിയം സെലിനെയിഡ് എന്നിവ PV സെൽ നിർമാണത്തിന് ഉപയോഗിക്കുന്നു. കൂടുതൽ പ്രചാരത്തിലുള്ള സോളാർ വൈദ്യുതി നിർമ്മാണം ഫോട്ടോ വോൾടേക് സെല്ലുകൾ ഉപയോഗിച്ചാണ്.

ലോകത്തെല്ലായിടത്തും വർഷം തോറും ഊർജ്ജാവശ്യം വളരെയധികം വർദ്ധിച്ചു വരുന്നു. ഇതു ശരാശരി 5% ൽ അധികമാണ്. പുതുക്കപ്പെടുന്ന ഊർജ്ജമെന്ന നിലയിൽ (Renewable) സോളാർ എനർജിക്കായിരിക്കും ഈ വർദ്ധിച്ചു വരുന്ന ആവശ്യകത നിറവേറ്റാൻ പറ്റുക.

സോളാർ എനർജി ശേഖരിച്ചു അതിനെ വൈദ്യുതിയാക്കുന്നതു വളരെ ആകർഷണം തന്നെയാണ്. വൈദ്യുത ഊർജ്ജമാക്കികഴിഞ്ഞാൽ അതിനെ മറ്റുവിധത്തിലുള്ള ഊർജ്ജമാക്കി എളുപ്പത്തിൽ മാറ്റമെന്നതു വലിയ സാദ്ധ്യത തന്നെയാണ്.

ക്രിസ്റ്റലീയ സിലിക്കൺ

കൂടുതലും PV മോഡ്യൂളുകളിൽ ക്രിസ്റ്റലൈൻ വേഫറിനെ (Wafer) അടിസ്ഥാനമാക്കിയ ക്രിസ്റ്റലീയ സിലിക്കൺ ആണ് ഉപയോഗിക്കുന്നത്.

സിലിക്കൺ ഇൻഗോട്ട് (Ingot) വലുതാക്കിയെടുക്കൽ, ഇൻഗോട്ടിനെ സോളാർ സെല്ലിനു വേണ്ട വേഫേർ (Wafer) ആക്കി മുറിച്ചെടുക്കുക, സെല്ലുകളെ തമ്മിൽ ബന്ധിപ്പിക്കുക, സെല്ലുകളെല്ലാം ചേർത്ത് (Encapsulate) മൊഡ്യൂൾ (Module) ആക്കുക എന്നിവയെല്ലാം മൊഡ്യൂൾ നിർമ്മാണത്തിന്റെ വിവിധ ഘട്ടങ്ങളാണ്. മൊഡ്യൂളുകൾ ഇന്ന് സിംഗിൾ (single) സിലിക്കൺ രൂപത്തിലും Multi സിലിക്കൺ

രൂപത്തിലും ഉപയോഗിക്കുന്നു. സിംഗിൾ സിലിക്കൺ സെല്ലുകൾ ഉപയോഗിക്കുമ്പോൾ കാര്യക്ഷമത(Efficiency) 25% വരെ ലഭിക്കാൻ സാദ്ധ്യതയുണ്ട്.

മൾട്ടി ക്രിസ്റ്റലീയ സിലിക്കൺ സെല്ലുകളിൽ ക്രമത്തിലല്ലാത്ത ആറ്റം വിന്യാസം കൂടുതൽ ഉള്ളതുകൊണ്ട് കാര്യക്ഷമത സിംഗിൾ സിലിക്കൺ സെല്ലിനെക്കാൾ കുറവായിരിക്കും. വില കുറവായിരിക്കുമെന്നുള്ള മേന്മയുണ്ട്. 21%വരെ കാര്യക്ഷമത ലഭിക്കാം.

അർദ്ധചാലക തിൻ ഫിലിംസ് (Semi conductor thin films)

ശാസ്ത്ര കണ്ടുപിടുത്തങ്ങൾ അർദ്ധചാലക (semiconductor) സാങ്കേതികവിദ്യയുടെ വളർച്ചയെ വളരെയധികം സഹായിച്ചിട്ടുണ്ട്. അതിലൊന്നാണ് PV മൊഡ്യൂളുകളിലെ തിൻ ഫിലിം (Thin film) സാങ്കേതികവിദ്യ. അർദ്ധചാലകത്തിന്റെ ഫൈൻ ലെയേർസ് ഒന്നിന് മുകളിൽ ഒന്നായി വെച്ചാണ് ഇതു ഉണ്ടാക്കുന്നത്. തിൻ ഫിലിംസ് വളരെയധികം പദാർത്ഥങ്ങളിൽ നിന്ന് ഉണ്ടാക്കുന്നുണ്ട്. അതിലൊന്നാണ്

A Sample of Concentrated Photovoltaic Systems

Source: blog.vertography.com/2008/08/04/concentrating-photovoltaic-technology

അമോർഫസ് സിലിക്കൺ. വളരെയധികം സാദ്ധ്യതയുള്ള മറ്റു രണ്ടു പദാർഥങ്ങളാണ് പൊളിക്രിസ്റ്റലൈൻ കോപ്പർ ഇൻഡിയം ഡിസെ ലീനയ്ഡ്, കാഡ്മിയം ടെല്ലൂറൈഡ് എന്നിവ.

തിൻ ഫിലിം ഉണ്ടാക്കുന്ന പ്രക്രിയയിൽ വളരെ കുറഞ്ഞ അളവിലുള്ള പദാർത്ഥത്തിന്റെ ആവശ്യമേ ഉള്ളൂ. അതു മാത്രമല്ല ഉണ്ടാക്കുന്നതും വളരെ എളുപ്പമാണ്. Slicing, ഇൻഗോട്ട് വലുതാക്കി എടുക്കുക എന്നീ പ്രക്രിയകൾ ആവശ്യവുമില്ല.

തിൻ ഫിലിം ലെയറുകൾ ആവശ്യമുള്ള പദാർത്ഥത്തിന്റെ മുകളിൽ ക്രമത്തിൽ ഡെപ്പോസിറ് (Deposit) ചെയ്തെടുത്താൽ മതി. ഇതിനു വേണ്ടി വിവിധങ്ങളായ സാങ്കേതികവിദ്യ ലഭ്യമാണ്.

തിൻ ഫിലിം ഉണ്ടാക്കുന്നത് ക്രിസ്റ്റലീയ സിലിക്കൺ സെല്ലുകൾ ഉണ്ടാക്കുന്നതിനേക്കാൾ ചെലവ് കുറഞ്ഞതാണ്.

ഗാലിയം ആർസെനൈഡ് ഉപയോഗിച്ചും ധാരാളമായി PV മോഡ്യൂളുകൾ ഉണ്ടാക്കുന്നുണ്ട്.

സോളാർ മോഡ്യൂളിന്റെ ക്ഷമത യൂണിറ്റ് വിസ്തീർണത്തിൽ ഉണ്ടാകുന്ന വാട്ടേജിനെ ആസ്പദിച്ചാണ്. സെല്ലുകൾ തമ്മിലുള്ള അകലം കൂടും തോറും ക്ഷമത കുറയുന്നു. മൊഡ്യൂളുകളുടെ ക്ഷമത കുറയുമ്പോൾ കൂടുതൽ മൊഡ്യൂളുകൾ വേണ്ടി വരുന്നു. അതുകൊണ്ടു ക്ഷമത കൂട്ടാനായി മോഡ്യൂളുകളിൽ കൂടുതൽ സെല്ലുകൾ പാക്ക് ചെയ്യേണ്ട ആവശ്യമുണ്ട്.

PV മൊഡ്യൂളുകളുടെ പ്രവർത്തനം മെച്ചപ്പെടുത്താനായി മറ്റൊരു മാർഗ്ഗം പ്രകാശ കോൺസെൻട്രേറ്റർ /കലക്ടർ ഉപയോഗിക്കുക എന്നതാണ്. പ്രകാശ കോൺസെൻട്രേറ്ററിൽ പ്രകാശം ലെൻസ് ഉപയോഗിച്ച് പ്രകാശം ശേഖരിക്കാനും അതു സെല്ലിൽ കേന്ദ്രീകരിക്കാനുമുള്ള സംവിധാനങ്ങളാണ് ഉള്ളത്.

ഡൈ സെൻസിറ്റിസെഡ് സോളാർ സെൽ (Dye Sensitized Solar Cell - DSSE)

DSSC ഒരു സെമികണ്ടക്ടർ ആനോഡിനും ഇലക്ട്രോലൈറ്റിനും ഇടയിൽ സ്ഥിതി ചെയ്യുന്ന ഒരു ഫോട്ടോ ഇലക്ട്രോകെമിക്കൽ പ്രതിഭാസമാണ്. ഇതിനെ ഗ്രേറ്റ്സിൻ സെൽ എന്നു പറയുന്നു. ഗ്രേറ്റ്സിൻ സെൽ 1991-ൽ ഗ്രേറ്റ്സിനും ബ്രെയ്യാനും ചേർന്നാണ് കണ്ടുപിടിച്ചത്. സൂര്യപ്രകാശം ട്രാൻസ്പരന്റ് ആയ കവറിലൂടെ പ്രവേശിക്കുകയും ഡൈയിൽ (Dye) Tio2 പ്രതലത്തിൽ പതിക്കുകയും ചെയ്യുന്നു. ഇതു Tio2 വിന്റെ കണ്ടക്ഷൻ ബാൻഡിൽ ഇലക്ട്രോൺ പ്രവാഹം

The Mechanism of DSSC

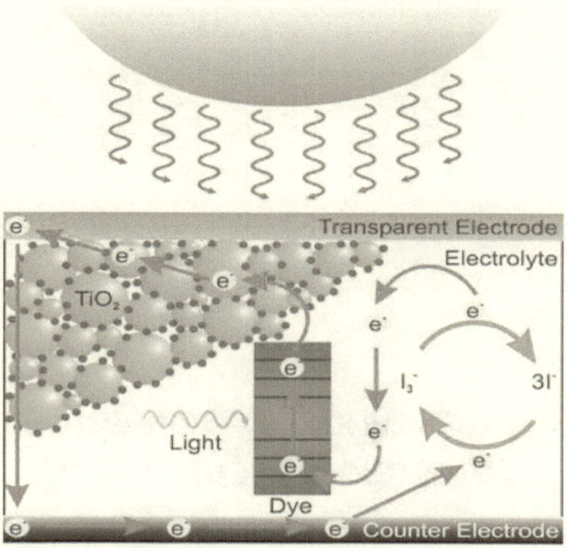

ഉണ്ടാകാൻ സഹായിക്കുന്നു. ഇത്തരം പ്രവർത്തനങ്ങൾ ഇലക്ട്രോകെമിക്കൽ സെല്ലിൽ വൈദ്യുതി പ്രവാഹവും വോൾട്ടേജും ഉണ്ടാകാൻ സഹായിക്കുന്നു.

DSSC വളരെ എളുപ്പത്തിൽ ഉണ്ടാക്കാൻ സാധിക്കും. DSSC ചുരുങ്ങിയ പ്രകാശമുള്ള സമയത്തും മേഘാവൃതമായ സമയങ്ങളിലും പ്രവർത്തിക്കാൻ സാധിക്കുന്ന വിധത്തിലാണ് ഇതിന്റെ ക്ഷമത അർധ ചാലക സോളാർ സെല്ലുകളെ അപേക്ഷിച്ച കുറവാണ്. ഇലക്ട്രോലൈറ്റിക് ലായനി, ഓർഗാനിക് ലായനികൾ ചേർന്നതാണ്. അതു പോലെ ആഗിരണം ചെയ്യുന്ന ഫോട്ടോണുകളെ വളരെ നല്ല വിധത്തിൽ സ്വതന്ത്ര ഇലക്ട്രോണുകളായി മാറ്റാൻ ഡൈക്ക് കഴിയുന്നു.

സോളാർ ഊർജ്ജം ഉപയോഗിക്കുമ്പോൾ..

പുതുക്കപ്പെടുന്ന ഊർജ്ജത്തിൽ (Renewable Energy) പ്രധാനപ്പെട്ടതായ സോളാർ ഊർജ്ജം ഉത്പാദനത്തിന്റെ ചില പ്രത്യേകതകളാണ് താഴെ ചൂണ്ടി കാണിക്കുന്നത്.

സോളാർ പാനലിലെ കാര്യക്ഷമത

സോളാർ പാനലിന്റെ കാര്യക്ഷമത (Efficiency) എന്നതു കൊണ്ടു ഉദ്ദേശിക്കുന്നത് സോളാർ പാനലിൽ വീഴുന്ന സൂര്യപ്രകാശത്തിന്റെ എത്ര ശതമാനം വൈദ്യുതിയായി മാറ്റപ്പെടുന്നു എന്നതിനെയാണ്. ആദ്യകാലങ്ങളിൽ സോളാർ പാനലുകളുടെ കാര്യക്ഷമത 15% നു താഴെ മാത്രമേ ഉണ്ടായിരുന്നുള്ളു. നൂതനസാങ്കേതികവിദ്യയുടെ സഹായത്തോടെ സോളാർ പാനലുകളുടെ കാര്യക്ഷമത 20% നു കൂടുതലായി വർദ്ധിച്ചു വന്നിട്ടുണ്ട്.

സോളാർ പാനൽ കാര്യക്ഷമത (Efficiency) പ്രധാനമായും PV (ഫോട്ടോ വോൾടേക്) സെൽ രൂപകല്പനയെയും (Design) ഏതു തരത്തിലുള്ള സിലിക്കോൺ നിർമ്മാണരീതിയാണ് സ്വീകരിച്ചിരിക്കുന്നത് എന്നതിനെയും ആശ്രയിച്ച് ആണിരിക്കുന്നത്..

സോളാർ സെൽ

പാനലിന്റെ കാര്യക്ഷമത സെൽ ഘടനയെയും ഉപയോഗിക്കുന്ന സിലിക്കോണിനെയും ആസ്പദമാക്കിയാണ്. പ്രധാനമായും P-type, N-type എന്നീ സിലിക്കോൺ അർദ്ധചാലക വസ്തു (Semiconductor) ക്കളാണ് ഉപയോഗിക്കപ്പെടുന്നത്. സിലിക്കോൺ സെല്ലിന്റെ കാര്യക്ഷമത fill factor എന്നതിനെ അടിസ്ഥാനമാക്കിയാണ്. ഇതു സൂര്യപ്രകാശം ഏറ്റവും കൂടിയതോതിൽ മാറ്റപ്പെടുന്നതിന്റെ ഉൽപ്പാദന ക്ഷമതയാണ്.

സോളാർ സെൽ രൂപകല്പനക്ക് പാനൽ കാര്യക്ഷമതയിൽ പ്രധാനപ്പെട്ട പങ്കുണ്ട്. സെൽ രൂപകല്പനയിലെ പ്രധാന സവിശേഷതകൾ സിലിക്കോൺ തരം, MBB (Multiple Bus Bar), PERC (പാസ്സിവേഷൻ ടൈപ്പ്) എന്നിവയെല്ലാമാണ്. IBC സെല്ലുകൾക്കാണ് ഏറ്റവും കൂടുതൽ ഉൽപ്പാദനക്ഷമത ഉള്ളതായി കണ്ടുവരുന്നത്. (22% വരെ).

MBB യോട് കൂടിയ PERC സെല്ലുകൾക്കും ഏറ്റവും പുതിയ HJT (Hetero junction) സെല്ലുകൾക്കും 20% ൽ കൂടുതൽ ഉത്പാദനക്ഷമതയുണ്ട്

MBB കൊണ്ട് ഉദ്ദേശിക്കുന്നത് സോളാർ സെല്ലിൽ 12 or 16 busbar ഉണ്ടാകും എന്നാണ്. (സാധാരണ നിലയിൽ 4,5 or 6 എന്ന നിലയിലാണ് ഉണ്ടാവുക. അതുകൊണ്ട് സാധാരണ നിലയെക്കാൾ 2.5% കൂടുതൽ power ഉൽപാദിപ്പിക്കാം.

Fig: Left: Close up of P-type 5busbar cell
Right:close up of more efficient N-type1 multi-busbar

(Notes:- Multi-busbar(MBB)

Hetero junction സോളാർ സെല്ലുകൾ (Si-HJT)

ഇത്തരത്തിലുള്ള സിലിക്കോൺ PV സെല്ലുകൾക്ക് 26.6% കൺവെർഷൻ ക്ഷമത ലഭ്യമാണ്. അതു കൊണ്ടു തന്നെ ഇത്തരം സെല്ലുകൾ വളരെയധികം ചർച്ചക്ക് വിഷയമാണ്. (Nature energy 2, 2017)

IBC സോളാർ സെല്ലുകൾ

' Interdigitated back contact ' (IBC) സോളാർ സെല്ലുകൾ കൂടുതൽ ക്ഷമതയും ഊർജ്ജവും കിട്ടുന്നതും വിശ്വസ്തമായ പ്രവർത്തനം കാഴ്ച വെക്കുന്നതുമായ സോളാർ സെല്ലുകളാണ്.

PERC സോളാർ സെൽ :-

PERC സോളാർ സെല്ലുകൾ പരിഷ്കരിച്ച തരത്തിലുള്ള സോളാർ സെല്ലുകളാണ്. ഇത്തരം സെല്ലുകൾ 6 തൊട്ട് 12 ശതമാനം വരെ കൂടുതൽ ഊർജ്ജം പ്രദാനം ചെയ്യുന്നു. ഇത്തരം സെല്ലുകളുടെ പുറകിൽ കൂടുതലായി ഒരു ലെയർ കൂടി ഉണ്ടായിരിക്കും. 'Passivated Emitter and Rear Contact '(PERC) എന്നത് ഒരു പുതിയ സാങ്കേതിക വിദ്യയാണ്.

പാനൽ കാര്യക്ഷമത

പാനൽ കാര്യക്ഷമത (Panel Efficiency) അളക്കുന്നത് STC (Standard Test Condition) യിലാണ്. അതായത് സെൽ ഊഷ്മാവ് 25 ഡിഗ്രി C,

Irradiance 1000 W/m2,

എയർ മാസ്സ് 1.5 എന്ന നിലയിൽ.

സോളാർ പാനൽ കാര്യക്ഷമത =

(Pmax/Area× 1000 W/m2) ×100

(Pmax എന്നത് ഏറ്റവും കൂടിയ power rating ആണ്.)

സോളാർ പാനൽ ഡയറക്ഷൻ

സോളാർ പാനൽ പിടിപ്പിക്കുന്ന സ്ഥലവും സോളാർ ഏതു വശത്തേക്ക് തിരിഞ്ഞാണ് പിടിപ്പിക്കുന്നത് എന്നതും വളരെ പ്രാ ധാന്യമുള്ളതാണ്. സൂര്യരശ്മികൾ ഏറ്റവും കൂടുതൽ ഉപയോഗിക്കാൻ പറ്റുന്നത്,നേരെ ലംബമായി പതിക്കുമ്പോഴാണ്. ശരിയായ ദിശയിലും

Fig: സോളാർ പാനലുകൾ Direction

കോണിലുമാണ് പാനൽ പിടിപ്പിക്കുന്നതെങ്കിൽ ഏറ്റവും കൂടുതൽ ഇലക്ട്രിക്കൽ ഊർജ്ജം ഉൽപ്പാദിപ്പിക്കപ്പെടുമെന്ന് ഉറപ്പിക്കാം.

സ്വമേധയാ സൂര്യന്റെ സ്ഥാനത്തിനനുസരിച്ച സോളാർ അരെകൾ (Arrays) ട്രാക് (Track) ചെയ്യുന്ന സമ്പ്രദായം ചില നിർമ്മിതാക്കൾ നടപ്പാക്കുന്നുണ്ട്. ഈ സമ്പ്രദായം മൂലം കൂടിയ സൂര്യപ്രകാശം കൂടുതൽ കാലത്ത് സോളാർ സെല്ലിന്റെ പ്രതലത്തിൽ ലഭിക്കുന്നു.

വടക്കേ ഉത്തരഗോള മേഖലയിൽ സോളാർ പാനലുകൾ തെക്കു ഭാഗത്തേക്ക് മുഖം തിരിഞ്ഞിരിക്കുന്നതാണ് കൂടുതൽ പ്രകാശം ലഭിക്കാൻ ഇടയാക്കുന്നത്. ഇതു പകൽ മുഴുവനും പാനലിൽ സൂര്യപ്രകാശം ലഭിക്കുന്നതിനു ഇടയാക്കുന്നു.

സോളാർ പാനലുകൾ ചെറുതായി തെക്കുപടിഞ്ഞാറായി ആണ് ഡയറക്റ്റ് (Direct) ചെയ്യുന്നതെങ്കിൽ, വൈകുന്നേരം സമയങ്ങളിൽ കൂടുതൽ വൈദ്യുതി ഉൽപാദിപ്പിക്കാൻ സഹായിക്കുന്നു.

തെക്കെ അർദ്ധഗോളത്തിൽ താമസിക്കുന്നവർക്ക് സോളാർ പാനലുകൾ വടക്കോട്ട് തിരിച്ചു വെക്കേണ്ട ആവശ്യമാണ് ഉള്ളത്.

സോളാർ പാനൽ എത്ര ചരിവ് ആംഗിളിൽ ആണ് ഇൻസ്റ്റാൾ ചെയ്യുന്നത് എന്നുള്ളതും വളരെ പ്രധാനമാണ്.

ഭൂമിശാസ്ത്ര (geographical) അക്ഷാംശംത്തിനു (Latitude) അനുസരിച്ചാണ് ചരിവ് ആംഗിൾ തീരുമാനിക്കേണ്ടത്. ഉദാഹരണത്തിന് സോളാർ ഡോളർ array 50 ഡിഗ്രീ lattitude യിലാണെങ്കിൽ ചരിവ് 50 ഡിഗ്രി ആയി ഇൻസ്റ്റാൾ ചെയ്യുന്നതാണ് നല്ലത്

സൂര്യതാപോർജ്ജം

സൂര്യന്റെ ചൂട് ഏതെല്ലാം രീതിയിൽ ഉപയോഗപ്പെടുത്തുന്നു എന്നാണ് ഈ ലേഖനത്തിൽ ചൂണ്ടികാണിച്ചിരിക്കുന്നത്. താപ സൗരോർജ്ജം ഉപയോഗിച്ച വൈദ്യുതി ഉൽപാദനത്തിനു വളരെയധികം സാദ്ധ്യതകൾ ഉണ്ടെങ്കിലും ഇന്ത്യ ഈ കാര്യത്തിൽ വളരെയധികം പിന്നിലാണ്. വികസിത രാജ്യങ്ങളിൽ ഇത്തരത്തിലുള്ള വൈദ്യുതി നിലയങ്ങൾ വളരെയധികം ഉണ്ട്. ഇന്ത്യ സൗരതാപോർജ്ജ വൈദ്യുതരംഗത്ത് വളരെയധികം പുരോഗമിക്കേണ്ടതുണ്ട്

സോളാർ താപവൈദ്യുതി

പൊതുവെ പറഞ്ഞാൽ സോളാർ ഊർജ്ജത്തിൽ നിന്ന് താപഊർജ്ജവും വൈദ്യുതഊർജ്ജവും ഉല്പാദിപ്പിക്കുന്ന സാങ്കേതിക വിദ്യയെയാണ് സോളാർ തെർമൽ എന്നു പറയുന്നത്. ഈ സാങ്കേതിക വിദ്യ പാർപ്പിടസമുച്ചയത്തിലും വാണിജ്യമേഖലയിലുമെന്നപോലെ വ്യവസായ ആവശ്യത്തിനു വേണ്ടിയുള്ള വൈദ്യുതി ഉല്പാദനത്തിനു വേണ്ടി വൻതോതിൽ ഉപയോഗിക്കാൻ പറ്റും. ധാരാളമായി സോളാർ തെർമൽ ആധാരമാക്കിയുള്ള ഊർജ്ജം ഉപയോഗിക്കുന്ന USA യിൽ സോളാർ തെർമലിനെ മൂന്നു തരമായി വേർതിരിക്കുന്നു. ഊഷ്മാവ് ശേഖരണികളെ കുറഞ്ഞത് (Low), ഇടത്തരം (Medium), കൂടിയത് (High) എന്നിങ്ങിനെ മൂന്നായി തരം തിരിച്ചിരിക്കിരുന്നു. കുറഞ്ഞ ഊഷ്മാവ് ആഗിരണികളുടെ പ്രതലം സാധാരണ നിലയിൽ

A Sample Solar Thermoelectricity Device

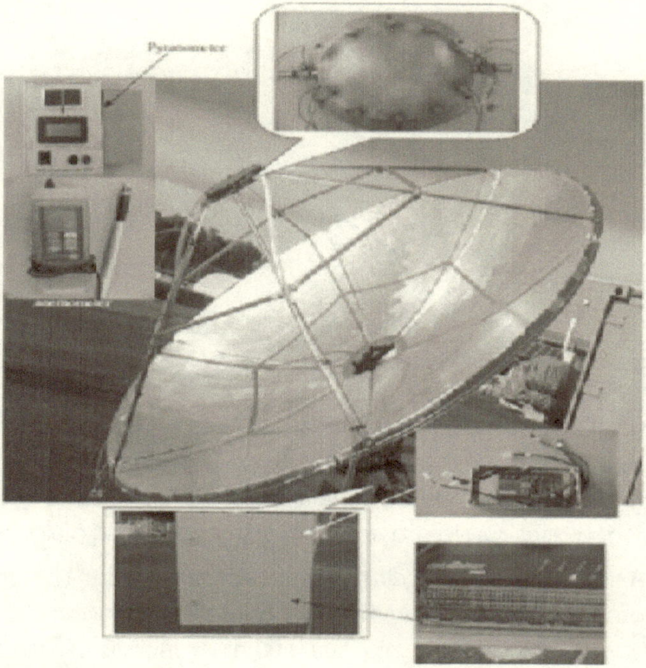

Chen, Jincan, Thermodynamic analysis of a solar-driven thermoelectric generator, Journal of Applied Physics

Fig.SolarThermo electric device

ഗ്ലേയിസ്സ്(Glaze) ചെയ്യാറില്ല. നീന്തൽ കുളത്തിലെ വെള്ളം ചൂടാക്കാനും, വായു ചൂടാക്കാനുമാണ് സാധാരണ ഉപയോഗിക്കുന്നത്. ഇടത്തരം ആഗിരണികൾ വെള്ളം ചൂടാക്കാനും വാണിജ്യ സ്ഥലങ്ങളിലെ വായു ചൂടാക്കാനും ഉപയോഗിക്കുന്നു. കൂടിയ ഊഷ്മാവിലുള്ള ആഗിരണികൾ വർദ്ധിച്ച തോതിലുള്ള ചൂട് കേന്ദ്രീകരിക്കാൻ ഉപയോഗിക്കുന്നു. 300 ഡിഗ്രി വരെയുള്ള ഊഷ്മാവ് കേന്ദ്രീകരിക്കാൻ ഉപയോഗിക്കുന്നു. ചൂട് കേന്ദ്രീകരിക്കാൻ കണ്ണാടികളും (Mirrors), ലെൻസുകൾ എന്നിവയും ഉപയോഗിക്കുന്നു. ഇത് രണ്ടു തരത്തിലുള്ള സംവിധാനത്തിലാണ് ഉപയോഗിക്കുന്നത്.ഒന്നാമത്തേത് Concentrated Solar Thermal (CST), പ്രധാനമായും വ്യവസായ ആവശ്യത്തിനുള്ള ചൂടിനായി ഉപയോഗിക്കുന്നു. രണ്ടാമത്തേത് Concentrated Solar Power (CSP)ഇത് വൈദ്യുതി ഊർജ്ജം ലഭിക്കാനായി ഉപയോഗിക്കുന്ന വൈദ്യുതി

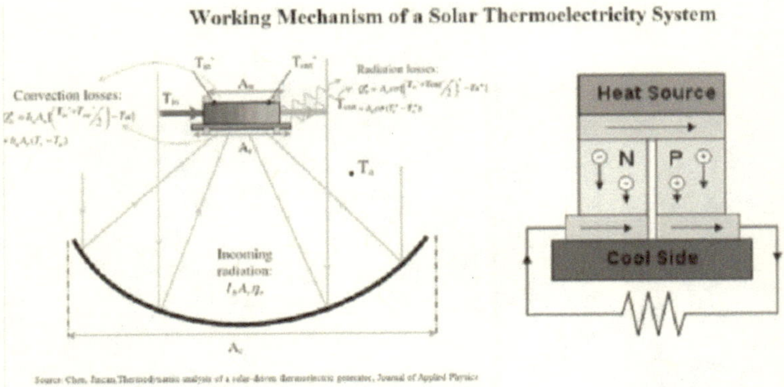

Fig സോളാർ താപ വൈദ്യുതി സാങ്കേതിക വിദ്യ

ഉല്പാദനത്തിൽ സോളാർ PV യെ അപേക്ഷിച്ച സോളാർ തേർമലിനു ഉല്പാദനക്ഷമത കൂടുതലാണെന്നു പറയാം. താപ ഊർജ്ജം (Thermal Energy)വൈദ്യുതിയാക്കാനുള്ള വ്യത്യസ്ഥമായ മാർഗ്ഗങ്ങൾ ഉണ്ട്. അതിനാവശ്യമായ ഉപകരണങ്ങളും സംവിധാനങ്ങളും ആവശ്യമാണ്

USA യിലും മറ്റു പല രാജ്യങ്ങളിലും concentrated solar thermal ഉപയോഗിച്ച ധാരാളം CSP യൂണിറ്റുകൾ നിലവിലുണ്ട്. ഇത്തരത്തിൽ CSP ഉപയോഗിച്ച 100MW നും 500MW നും ഇടയിൽ കപ്പാസിറ്റി ഉള്ള ധാരാളം പവർ സ്റ്റേഷനുകൾ ഇവിടങ്ങളിൽ നിലവിലുണ്ട്

സോളാർ താപ വൈദ്യുതിക്കു വേണ്ടി പരാബോളിക് ഡിസ്ക് സാങ്കേതിക വിദ്യയാണ് താപഊർജ്ജം ശേഖരിക്കാൻ (Capture)

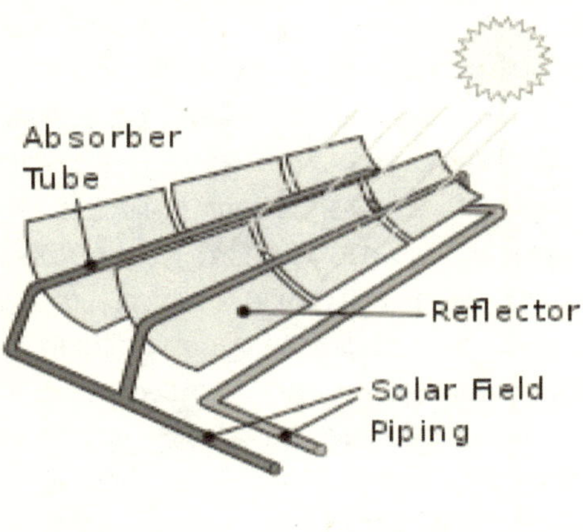

Fig. സോളാർ പരാബോളിക് ട്രഫ് ശേഖരണി

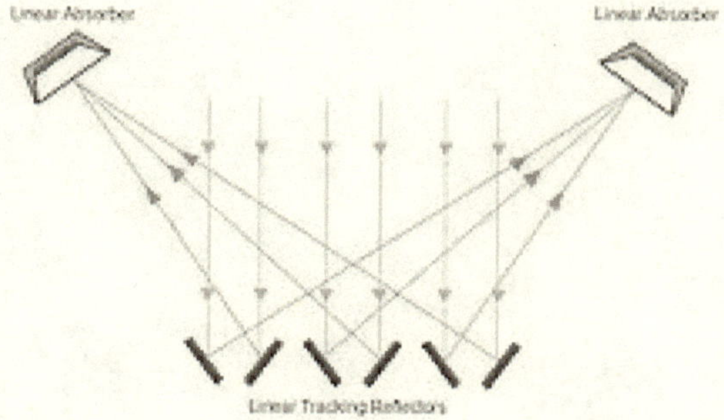

Fig. ഫ്രാസ്നൽ റിഫ്ലക്ടർ

ഉപയോഗിക്കുന്നത്. വൈദ്യുതി കൺസെൻട്രേറ്റർ താപവൈദ്യുതജന റേറ്റർ ഉപയോഗിച്ചാണ് ഉണ്ടാക്കുന്നത്.

പ്രകാശ കൺസെൻട്രേറ്റർ സൂര്യപ്രകാശം ഒരു ചെറിയ സ്ഥലത്തേക്ക് കേന്ദ്രീകരിക്കുന്നു. കേന്ദ്രീകരണത്തിന്റെ തോതനുസരിച്ച ചെറിയ സ്ഥലത്തെ ഊഷ്മാവ് വളരെയധികം കൂട്ടുന്നു. ഇതിന്റെ ഫലമായി ചൂട് കൂടിയ സ്ഥലത്തു നിന്ന് ചൂട് കുറഞ്ഞ സ്ഥലത്തേക്ക് തെർമോ ഇലക്ട്രിക് പദാർത്ഥത്തിലൂടെ ചൂടിന്റെ പ്രവാഹം ഉണ്ടാകുന്നു.

ഇതിനു വിപരീതമായി ഡിവൈസിൽ (Device) വോൾടേജ് കൊടുത്താൽ അതിനനുസരിച്ച രണ്ടറ്റങ്ങൾ തമ്മിൽ ഊഷ്മാവ് മാറ്റം ഉണ്ടാക്കുവാനും കഴിയും

സൂര്യന്റെ വിവിധ സ്ഥാനത്തിനനുസരിച്ച സോളാർ താപശേഖരണികളിൽ ലഭിക്കുന്ന ചൂടിന് മാറ്റാം വരുമല്ലോ. സൂര്യപ്രകാശത്തിനനുസരിയിച്ച ആഗിരണികളുടെ ആംഗിളും സ്ഥാനവും സ്വമേധയാ മാറ്റുന്ന

Fig. Thermal solar field

Fig. Enclosed ട്രഫ് ശേഖരണി

Fig. സോളാർ പവർ ടവർ

ആഗിരണികളും ലഭ്യമാണ്. എല്ലാ സമയങ്ങളിലും നല്ല സൂര്യപ്രകാശം ലഭിക്കുന്ന വിധത്തിലുള്ള നിർമ്മാണരീതിയാണ് പരാബോളിക് ട്രഫ് ആഗിരണികളിൽ നടപ്പാക്കിയിരിക്കുന്നത്.

മറ്റൊരു തരത്തിലുള്ള ചൂട് ശേഖരണ രീതിയാണ്'Enclosed trough system) '. ഇതിൽ താപ ശേഖരണി ഗ്രീൻ ഹൌസ് പോലുള്ള ഗ്ലാസ് ഹൌസിനകത്താണ് സ്ഥിതി ചെയ്യുന്നത്. ചെലവ് കുറഞ്ഞ മറ്റൊരു രീതിയാണ് ഫ്രസ്നൽ (Frensel) സാങ്കേതികവിദ്യ ഉപയോഗിച്ചു കൊണ്ടുള്ള ശേഖരണികൾ. ഇതിൽ ഫ്രസ്നൽ (Frensel) റിഫ്ലക്ടർസ് (ref lectors) ആണ് ഉപയോഗിച്ചിരിക്കുന്നത്. അനേകം മിററുകൾ (mirrors) ഉപയോഗിച്ചു കൊണ്ടുള്ള പവർ ടവറുകൾ (Tower) വ്യവസായികാടിസ്ഥാനത്തിൽ സോളാർ തെർമൽ പ്ലാന്റുകളിൽ ഉപയോഗിച്ചു നല്ല രീതിയിൽ വൈദ്യുതി ഉല്പാദിപ്പിക്കുന്നുണ്ട്.

സോളാർ തപശേഖരണികളുപയോഗിച്ചു പകൽ സമയത്തും ചൂട് കാലാവസ്ഥയുള്ള സമയത്തും ശേഖരിക്കുന്ന ചൂട്, വെള്ളം ചൂടാക്കി ശേഖരിച്ചോ മറ്റു മാർഗങ്ങളിലൂടെയോ ഭൂമിക്കടിയിലുള്ള ഇൻസുലേറ്റഡ് ടാങ്കുകളിൽ മാസങ്ങളോളം ശേഖരിച്ചു വെക്കുവാനും തണുപ്പുകാലങ്ങളിൽ ഉപയോഗിക്കാനുമുള്ള പദ്ധതികൾ നെതെർലാൻഡ് മുതലായ രാജ്യങ്ങളിൽ നടപ്പാക്കി വരുന്നുണ്ട്

പകൽ സമയത്തു ലഭിക്കുന്ന ചൂട് ഉപ്പു ലായനി ടാങ്കുകളിൽ (Molten salt storage tank) ശേഖരിച്ചു, മറ്റു സമയങ്ങളിൽ വൈദ്യുതി ഉല്പാദിപ്പി

ക്കാനടക്കമുള്ള കാര്യങ്ങൾക്കു ഉപയോഗിക്കാവുന്നതുമാണ്. ഇത്തരം നടപടികൾ ലോകത്തിന്റെ പല ഭാഗത്തും നടക്കുന്നുണ്ട്.

സോളാർ ഹീറ്റിംഗ് (Solar heating)

ഇലക്ട്രിക് ഹീറ്റർ ഉപയോഗിച്ച വെള്ളം ചൂടാക്കുന്നതു ചെലവുള്ളതാണല്ലോ. സൂര്യ പ്രകാശമുള്ള സമയങ്ങളിൽ ബാച്ച് ഹീറ്റർ (or Panel collector ഹീറ്റർ) ഉപയോഗിച്ച വെള്ളം ചൂടാക്കിയെടുക്കാൻ പറ്റും. ബാച്ച് ഹീറ്റർ ഒരു ഇൻസുലേഷൻ ഉള്ള ടാങ്ക് ആണ്. ടാങ്കിനു വെളിഭാഗം ചൂട് ആഗിരണം ചെയ്യാൻ കറുത്ത നിറമായിരിക്കും. സൂര്യപ്രകാശം ചൂടായി മാറുകയും അത് ടാങ്കിനകത്തെ വെള്ളം ചൂടാക്കുകയും ചെയ്യും

Flat Plate collector ഉപയോഗിച്ച സ്വിമ്മിങ്ങ് പൂൾ പോലുള്ള ടാങ്കിലെ വെള്ളം ചൂടാക്കാൻ പറ്റും.

ഉയർന്ന ഊഷ്മാവിലുള്ള കലക്ടർ(Collector) ഉപയോഗിച്ച സോളാർ ഫർണസ് പ്രവൃത്തിപ്പിക്കാൻ കഴിയും.

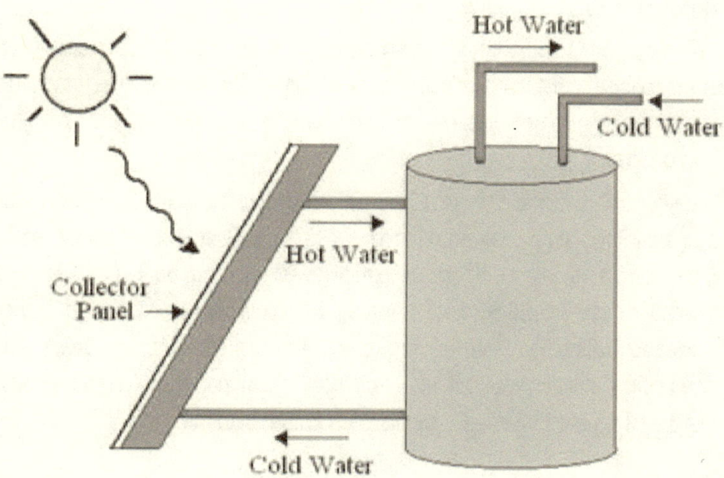

Passive Solar Water Heating

Fig.Solar Water Heater with Flat Plate collector

പരാബോളിക് ഹീറ്റ് കളക്ടർ (Collector) ഉപയോഗിച്ച നല്ല തോതിൽ ചൂട് ശേഖരിക്കാനും മുൻ പറഞ്ഞ പ്രവർത്തനങ്ങൾ കൂടുതൽ നന്നായി ചെയ്യാനും പറ്റും.

പാരമ്പര്യേതരമായ ഊർജ്ജ സ്രോതസ്സുകൾ ഉപയോഗയോഗ്യമാക്കാൻ സാങ്കേതിക വിദ്യയിൽ വൻ മുതൽമുടക്ക് നടത്തേണ്ടി വരുന്നുണ്ട്. ഇങ്ങനെയുള്ള സന്ദർഭങ്ങളിൽ സൗരോർജ്ജം ഒരു ആശാകിരണം തന്നെയാണ്.

നൂറ് വർഷങ്ങൾക്കു മുമ്പ് തന്നെ സൗരോർജ്ജ ഉപയോഗം പല രാജ്യങ്ങളിലും വ്യാപകമായിരുന്നു. 1890 കളിൽ കാലിഫോർണിയയിൽ ധാരാളം സൗരോർജ്ജ ഹീറ്ററുകൾ ഉപയോഗിച്ചിരുന്നു. 1897 ൽ ലോസ്സ് ആഞ്ചലിൽ 30% വീടുകളിൽ സൗരോർജ്ജ വാട്ടർ ഹീറ്റർ ഉപയോഗിച്ചിരുന്നു. 1920-ൽ ആയിരക്കണക്കിന് സൗരോർജ്ജ ഹീറ്ററുകൾ വിറ്റഴിഞ്ഞതായി രേഖപ്പെടുത്തിയിരിക്കുന്നു, ഇന്ന് സൗരോർജ്ജ വാട്ടർ ഹീറ്ററുകൾ തിരിച്ചു വരവിന്റെ പാതയിലാണ്.

സൗരോർജ്ജ അടുപ്പുകൾ

വിവിധങ്ങളായ സൗരോർജ്ജഅടുപ്പുകൾ നിലവിലുണ്ട്. അതിൽ പ്രധാനപ്പെട്ടത് സൗരരോർജ്ജപ്പെട്ടി അടുപ്പ് തന്നെ. മറ്റു പ്രധാനപ്പെട്ട അടുപ്പുകൾ കൊണടുപ്പ്, പരാബോളിക് അടുപ്പ് എന്നിവയാണ്.

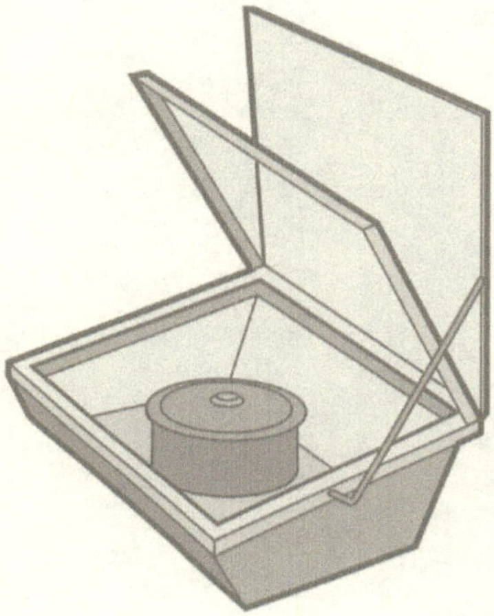

Fig. സൗരരോർജ്ജപ്പെട്ടി അടുപ്പ്

18-ആം നൂറ്റാണ്ടിൽ തന്നെ സൗരോർജ്ജപ്പെട്ടി ഉപയോഗിച്ചു തുടങ്ങിയിരുന്നു. കഴിഞ്ഞ നൂറ്റാണ്ടിൽ 1970- കാലഘട്ടത്തിയിലാണ് സൗരോർജ്ജപ്പെട്ടി അടുപ്പ് പ്രചാരണം വ്യാപകമായത്. 'സൂര്യറാണി' എന്നും 'വനിതാ ആവിഷ്കാരം ' എന്നും ഇത് അറിയപ്പെട്ടു. സൗരോർജ്ജ അടുപ്പ് പ്രചരണരംഗത്ത് പല വനിതാ സംഘടനകളും പ്രവർത്തകരും പരിതസ്ഥിതി പ്രവർത്തകരും ഉണ്ടായിരുന്നു.

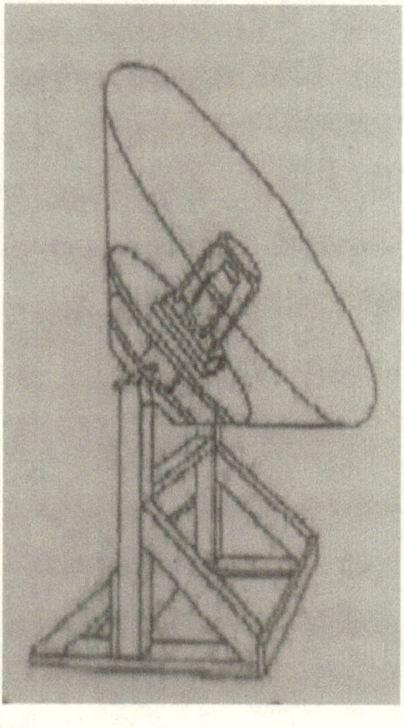

Fig. കൊണടുപ്പ്

വിറകിന്റെ ആഗോളഉപയോഗത്തിന്റെ മൂന്നിലൊന്നു സൗരോർജ്ജ അടുപ്പുകൾ വഴി ലാഭിക്കാനും കഴിയുമെന്ന് UNICEF വിലയിരുത്തിയിട്ടുണ്ട്.

ഇന്ത്യയെപ്പോലുള്ള രാജ്യങ്ങളിൽ സൗരോർജ്ജ അടുപ്പുകൾക്കു വളരെയധികം പ്രസക്തിയുണ്ട്. ഇന്ധനം കത്തിച്ചോ, വിറക് കത്തിച്ചോ

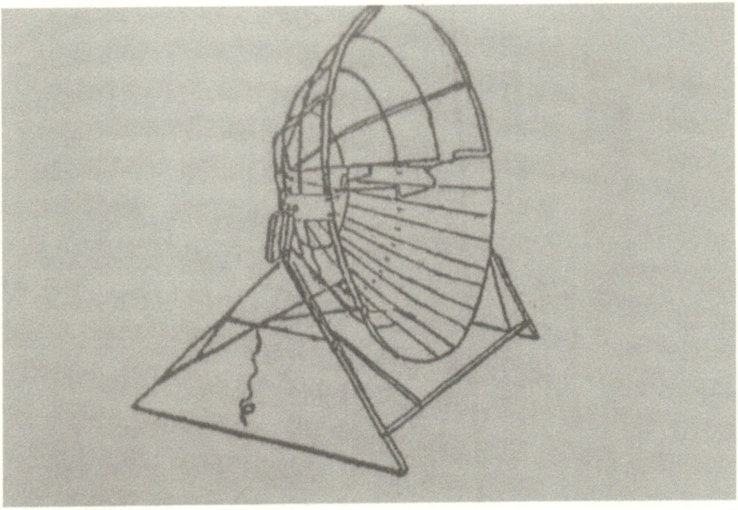

Fig. പരാബോളിക് അടുപ്പ്

പാചകം ചെയ്യുന്നത് സാമ്പത്തിക ചെലവുള്ളതായതുകൊണ്ട് വളരെ യധികം പാവപ്പെട്ടവരെ ബാധിക്കുന്നുണ്ട്. ഇന്ധന ചെലവ് ഇല്ലാത്ത സോളാർ അടുപ്പുകൾ സാധാരണക്കാരെ സംബന്ധിച്ച് ആശ്വാസം തന്നെയാണ്. സൂര്യനിൽ നിന്ന് ചൂട് ശേഖരിക്കാനും ഉപയോഗിക്കാനും വിവിധങ്ങളായ അടുപ്പുകൾ നിലവിലുണ്ട്. പാനൽ മാതൃകയിലുള്ള അടുപ്പ്, കൊണടുപ്പ് (Conical cooker)/ ഫണൽ അടുപ്പ് (Funnel cooker), പരാബോളിക് അടുപ്പ് എന്നിവ അവയിൽ പ്രധാനപ്പെട്ട മാതൃകകളാണ്. പരന്ന ഫലകസംഗ്രാഹകം (Flat plate collector) സൂര്യ താപം സ്വീകരിക്കാൻ ഉത്തമ മാതൃകയാണ്

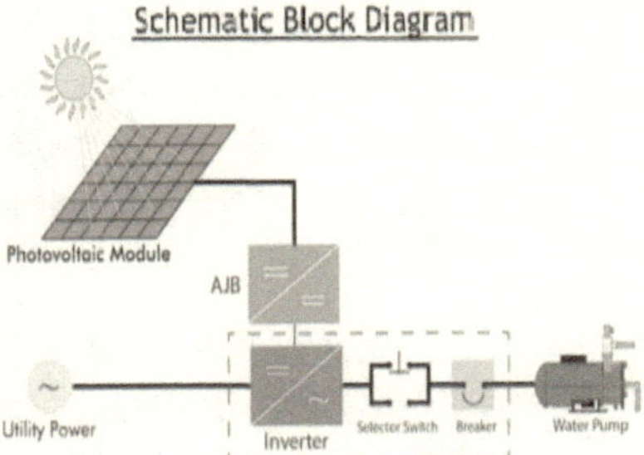

Fig.Solar Pump

സൗരോർജ്ജ വാറ്റുപാത്രങ്ങൾ (Solar atills), സൗരോർജ്ജ ഉണക്കുയന്ത്രം എന്നിവയും പ്രചാരത്തിൽ ഉണ്ട്. സൗരോർജ്ജം ഉപയോഗിച്ച് റിഫ്രജറേറ്റർ യന്ത്രങ്ങളും പ്രവർത്തിപ്പിക്കാവുന്നതാണ്.

സോളാർ എയർ കണ്ടിഷനുകളും സോളാർ പമ്പുകളും

കെട്ടിടത്തിനകത്തെ ഊഷ്മാവ് നിയന്ത്രിക്കുന്നതിൽ സൗരതാപ ത്തെ പണ്ടു കാലത്തു മുതൽക്കു തന്നെ ഉപയോഗിച്ചിരുന്നു. സോളാർ വാട്ടർ പമ്പ് ഉപയോഗിച്ച് വെള്ളം പമ്പ് ചെയ്തു താപ പരിവർത്തനം നടത്തി എയർ കണ്ടിഷൻ നടത്തുന്ന രീതി ഇപ്പോൾ നടപ്പാക്കി വരു ന്നുണ്ട്

അതുപോലെ ചെറിയ തോതിൽ വെള്ളം പമ്പ് ചെയ്തു ഉപയോഗി ക്കാനും സോളാർ പമ്പ് ഉപകരിക്കുന്നു.

ജല ശുദ്ധീകരണം

അറബ് രാജ്യങ്ങളിലും തെക്കേ അമേരിക്കൻ രാജ്യങ്ങളിലും നൂറ്റാണ്ടുകൾക്ക് മുൻപേ തന്നെ സൂര്യപ്രകാശം ഉപയോഗിച്ച് വെള്ളം ശുദ്ധീകരിച്ചിരുന്നു. ഇത്തരത്തിലുള്ള WHO നിർദ്ദേശങ്ങൾ ഇപ്പോൾ പല രാജ്യങ്ങളും നടപ്പാക്കി വരുന്നുണ്ട്

കൃഷിക്ക് വേണ്ടി സോളാർ പമ്പുകൾ ഉപയോഗിച്ച് നിയന്ത്രിതമായ വെള്ളം, പോളി ഹൗസിൽ, നിയന്ത്രിതമായ സൂര്യപ്രകാശത്തോടൊപ്പം ഉപയോഗിച്ച് വർദ്ധിച്ച ഉല്പാദനമുള്ള കൃഷി സമ്പ്രദായം നടത്തിവരു ന്നുണ്ട്.

References:-1) Solar fundamentals

By GaryCook,Lynn Billman,Rich Adcock

(Solat Technical informationprogram,USA)

2) Solar TermalEnergy (Wikipedia & Internet)

3) Solar Energy Generation (Wikipedia & Internet)

4) സൗരോർജം സമൃദ്ധ്യോർജ്ജം

By N. നാരായണസ്വാമി

(കേരള ഭാഷ ഇൻസ്റ്റിറ്റ്യൂട്ട്)

5) സൗരോർജ്ജം

By P. രാജൻ (സമത, Trissur)

ഫ്യൂവൽ സെല്ലുകൾ: പ്രവർത്തനം

വൈദ്യുതി സെൽ പരമ്പരാഗതമായ ഫ്യൂവൽ ഉപയോഗിച്ച് കൊണ്ടു രാസഊർജ്ജം വൈദ്യുതി ഊർജ്ജമായി മാറ്റുന്ന പ്രവർത്തനമാണ് നടത്തുന്നത്. ഫ്യൂവൽ സെല്ലിൽ സുഷിരങ്ങളുള്ള (Porous) രണ്ടു ഇലക്ട്രോട്ടും ദ്രാവകമാധ്യമവും (Electrolyte) ഉണ്ടാകും. ദ്രാവകമാദ്ധ്യമം രണ്ടു ഇലക്ട്രോട്ടുകൾക്കും ഇടയിലായിരിക്കും.

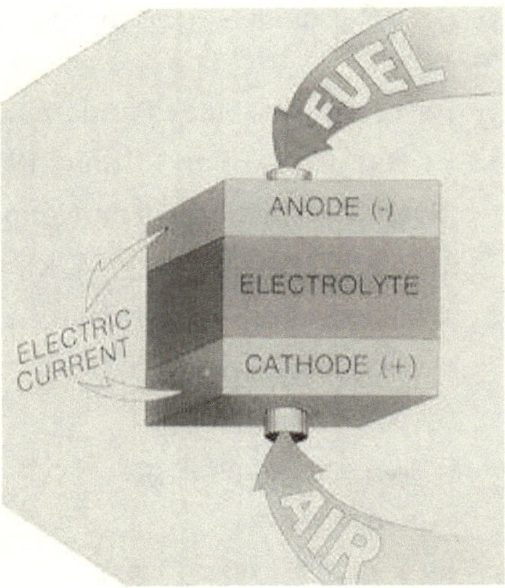

ഹൈഡ്രജനിലെ ഇലക്ട്രോൺ കൂടി ചേരുകയും പോസിറ്റീവ് ചാർജ്ജ് ഉള്ള അയോൻ ഇലക്ട്രോലൈറ്റിൽ ചേരുകയും ചെയ്യുന്നു.

അതേ പോലെ കാത്തോഡിൽ ഓക്സിജൻ ഇലക്ട്രോൺ സ്വീകരിക്കുകയും നെഗറ്റീവ് അയൺ (o^{2-} or OH^-) ആയി കൂടിച്ചേരുകയും വെള്ളമുണ്ടാവുകയും ചെയ്യുന്നു. ഇലക്ട്രോണുകളാകട്ടെ പുറമേയുള്ള ഇലക്ട്രോണി

ക് സർക്യൂട്ടിലൂടെ പ്രവഹിക്കുന്നു. ഇവിടെ രാസ ഊർജ്ജം വൈദ്യുതി ഊർജ്ജമായി മാറ്റുകയാണ് ചെയ്യുന്നത്. ഇവിടെയുണ്ടാകുന്ന പ്രവർത്തനങ്ങൾക്ക് തപോർജ്ജവുമായി യാതൊരു ബന്ധവുമില്ല. അതിനാൽ കാർനോട് സൈക്കിൾ (Carnot cycle) ആയി ബന്ധപ്പെട്ട പരിമിതി ബാധകമല്ല.

ഹൈഡ്രജൻ അല്ലാത്ത വേറൊരു ഇന്ധനമാണ് ഉപയോഗിക്കുന്നതെങ്കിൽ ഫ്യൂവൽ രൂപാന്തരീകരണമോ (Processing), പരിണാമകമോ (Reforming) നടത്തിയിരിക്കണം. റീഫോമിങ്ങിന്റെ ഉദ്ദേശം ഇന്ധനത്തെ ഹൈഡ്രജൻ കൂടുതൽ ഭാഗമുള്ള ഇന്ധനമാക്കി മാറ്റുക എന്നതാണ്.

ഫ്യൂവൽ സെല്ലിന്റെ സാങ്കേതികമായ മേന്മകൾ :-

1) കൂടിയ കാര്യക്ഷമത (High efficiency)
2) കൂടിയ പ്രതികരണ ശേഷി (High Responsivity)
3) കൂടിയ വിശ്വസ്ഥിതിയും ചുരുങ്ങിയ മൈന്റെനൻസും (High reliability and low maintenance)
4) കൂടിയ ജീവിത കാലം (Long life)

Fuel Flexibility:-

(ബഹുമുഖമായി രൂപപ്പെടുത്താവുന്ന ഇന്ധനസ്വഭാവം)

ഫ്യൂവൽ സെല്ലിന് ഏറ്റവും കൂടുതൽ അനുയോജ്യമായ (Ideal) ഇന്ധനം ഹൈഡ്രജൻ തന്നെയാണ്. എങ്കിൽ കൂടിയും ഓക്സീകരണ പ്രക്രിയക്ക് വിധേയമാക്കാവുന്ന ഇന്ധനങ്ങളെ വിവിധ ഇനം ഫ്യൂവൽ സെല്ലുകളിൽ ഉപയോഗിക്കുന്നതും ഉപയോഗ സാദ്ധ്യതയുമുള്ള ഇന്ധനങ്ങൾ താഴെ പറയുന്നവയാണ്.

1) മീഥേൻ (Methane)
2) പ്രോപെൺ(Propane)
3) മെഥനോൾ (Methanol)
4) ഇതണോൽ (Ethanol)
5) പ്രകൃതിവാതകം (Natural gas)
6) ബയോഗ്യാസ് (Bio gas)
7) പെട്രോളിയം (Petroleum)
7) കൽക്കരി (Coal)

8) നാഫ്ത (Naptha)

വലുപ്പത്തിലും ഉപയോഗത്തിലും ബഹുമുഖമായ സാദ്ധ്യത. (Flexibility in size and application) ശബ്ദവും മലിനീകരണവു മില്ലാത്ത ഉപയോഗസാദ്ധ്യത എന്നിവ ഫ്യൂവൽ സെല്ലിന്റെ പ്രത്യേക തകളാണ്.

വിവിധയിനം ഫ്യൂവൽ സെല്ലുകൾ :-

ശരിയായ വിധത്തിൽ വൈദ്യുതി ഉല്പാദനം സാദ്ധ്യമാക്കാൻ വൈദ്യു തരാസ പ്രവർത്തനം വേണ്ടതായ വേഗതയിൽ നടക്കേണ്ടതാണ്. കുറഞ്ഞ ഊഷ്മാവുള്ള സെല്ലുകളിൽ പ്രവർത്തനം ത്വരിതപ്പെടുത്താൻ കാറ്റലിസ്റ്റ് ആവശ്യമാണ്. രാസപ്രവർത്തനം മൂലമുണ്ടാകുന്ന കൂടിയ ഊഷ്മാവ് ഉണ്ടാകുന്ന തരം സെല്ലുകളിൽ ചൂട് ആഗിരണം ചെയ്യാനുള്ള മാർഗ്ഗങ്ങളും ഉണ്ടാകും. പ്രധാനപ്പെട്ട തരം

ഫ്യൂവൽ സെല്ലുകൾ താഴെപ്പറയുന്നവയാണ്.

1) PAFC (ഫോസ്ഫോറിക് ആസിഡ് ഫ്യൂവൽ സെല്ലുകൾ)

2) AFC (ആൽകലൈൻ ഫ്യൂവൽ സെല്ലുകൾ)

3)PEM(പ്രോട്ടോൺ എക്സ്ചേഞ്ച് ാലായലൃ)െ

4)MCFC (മോൾട്ടൻ കാർബണൈറ്റ് ഫ്യൂവൽ സെൽ)

5)SOFC (സോലിഡ് ഓക്സിയിഡ് ഫ്യൂവൽ സെൽ)

ഇന്ധന സെല്ലുകൾ (Fuel Cells)

ഇന്ധന സെൽ പാരമ്പര്യേതര ഊർജ്ജോത്പാദന സാമഗ്രിയാ യാണ് കണക്കാക്കപ്പെടുന്നത്. എന്നാൽ ഇവയിൽ ഉപയോഗിക്കുന്ന ഇന്ധനം പുതുക്കപ്പെടാവുന്ന ഇനത്തിൽ ഉൾപ്പെടുന്നുണ്ടെങ്കിൽ മാത്രമേ അപ്രകാരമുള്ള ഊർജ്ജസാമഗ്രിയായി ഇതിനെ കണക്കാക്കാനാകൂ. ഒരു ബാറ്ററിയിലെ പോലെ തന്നെ, രാസപ്രക്രിയയിലൂടെ ഉണ്ടാകുന്ന ഊർജ്ജം വൈദ്യുതിയും ചൂടുമായി മാറുകയാണ് ഇന്ധനസെല്ലിൽ ചെയ്യുന്നത്. ഒരു ബാറ്ററി ആവശ്യമായ രാസവസ്തുക്കൾ ഉണ്ടെങ്കിൽ മാത്രമേ പ്രവർത്തിക്കുകയുള്ളൂ. ഇന്ധനസെല്ലിലാകട്ടെ ഇന്ധനം കൊടു ക്കുന്നിടത്തോളം കാലം പ്രവർത്തനക്ഷമമായിരിക്കും. ഹൈഡ്രജനും ഓക്സിജനും ഇന്ധനസെല്ലിൽ ചേരുന്നത് വൈദ്യുതി ഉണ്ടാകുന്നതിനു സഹായിക്കുന്നു.

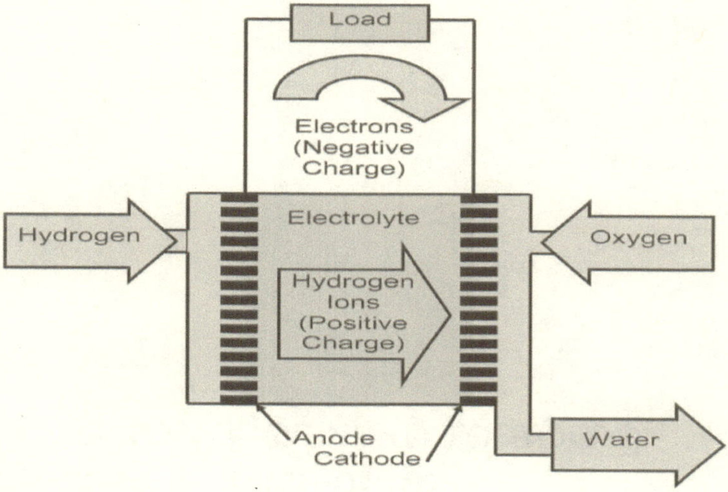

Fig. ഇന്ധനസെൽ

ഓക്സിജൻ ലഭിക്കുന്നത് വായുവിൽ നിന്നും, ഹൈഡ്രജൻ വെള്ളം ഇലക്ട്രോലിസിസ് (Electrolysis) മുഖേനയോ അല്ലെങ്കിൽ ഫോസ്സിൽ ഇന്ധനത്തിൽ നിന്നോ ആയിരിക്കും. ഖനീജ ഇന്ധനം നേരിട്ട ഉപയോഗിക്കാൻ കഴിയുന്നവയാണ് പുതിയ രീതിയിലുള്ള ഇന്ധനസെല്ലുകൾ. വാഹനങ്ങൾക്ക് അനുയോജ്യമായ ഭാവി ഇന്ധനസ്രോതസ്സ് എന്ന സാദ്ധ്യത മുൻനിർത്തി ഇത് സംബന്ധമായ ഗവേഷണങ്ങൾ പല മോട്ടോർ വാഹന നിർമ്മിതാക്കളുടെയും മുൻകൈയ്യിൽ ഇപ്പോൾ ഊർജ്ജിതമായി നടന്നു വരുന്നുണ്ട്. ഗാർഹിക ആവശ്യങ്ങൾക്കും ഈ ഊർജസ്രോതസ്സ് ഒരു ഭാവി വാഗ്ദാനമാകാം.

ഊർജ്ജസുരക്ഷക്ക് ഉത്തരം തേടുമ്പോൾ

ലോകത്തിന്റെ പെട്രോളിയം നിക്ഷേപങ്ങൾ തീർന്നു കൊണ്ടിരിക്കുകയാണ്. നിലവിലുള്ള ഉപയോഗം കണക്കിലെടുത്താൽ ഇന്ന് ലഭ്യമായ നിക്ഷേപം വെറും 60 വർഷത്തേക്കേ ഉണ്ടാവുകയുള്ളൂ എന്ന് അനുമാനിക്കപ്പെടുന്നു. മാത്രവുമല്ല ഖനീജഇന്ധനങ്ങളുടെ ഉപയോഗം ഭൂമിയുടെ അന്തരീക്ഷത്തിൽ കാർബൺ ഡൈ ഓക്സൈഡ് (CO2) ക്രമാതീതമായി വർദ്ധിക്കുന്നതിനും തന്മൂലം വലിയതോതിലുള്ള കാലാവസ്ഥവ്യതിയാനത്തിനും കാരണമായിട്ടുണ്ട്. ഇതിന്റെ പ്രത്യാഘാതങ്ങളും അനതിവിദൂരഭാവിയിൽ സംജാതമാകാവുന്ന ഊർജ്ജ പ്രതിസന്ധിയുമാണ് ഇന്ന് ലോകത്തെയാകമാനം ഭീതിയിലാഴ്ത്തുന്ന ഏറ്റവും വലിയ ഭീഷണികൾ. മനുഷ്യസമൂഹം ഇവയെല്ലാം എങ്ങനെ തരണം ചെയ്യും? നിലവിലുള്ള ഊർജ്ജ സ്രോതസ്സുകളുടെ ഉപയോഗത്തിന് നിയന്ത്രണം ഏർപ്പെടുത്തിയെ മതിയാകൂ. നിയന്ത്രണം എങ്ങനെ കൊണ്ടുവരും? അപ്പോൾ നിലവിലുള്ള ആവശ്യങ്ങൾക്ക് എവിടെ നിന്ന് ഊർജ്ജം ലഭിക്കും?

ഇവിടെയാണ് പാരമ്പര്യേതരവും പുതുക്കാവുന്നതുമായ ഊർജ്ജ സ്രോതസ്സുകൾ പ്രസക്തമാകുന്നത്. ഇത്തരം സ്രോതസ്സുകളുടെ ക്രിയാത്മകമായ രീതിയിലുള്ള വിനിയോഗത്തിലൂടെ മാത്രമേ കൽക്കരി -പെട്രോളിയം -പ്രകൃതി വാതകം തുടങ്ങിയ ഖനീജ ഇന്ധനങ്ങളുടെ (fossil fuel) ഉപയോഗം കുറക്കുന്നതിനെപ്പറ്റി ആലോചിക്കാൻ കഴിയൂ.

ഊർജ്ജത്തിന്റെ ചരിത്രം

കാറ്റ്, വെള്ളം, വിറക്, മനുഷ്യന്റെയും മൃഗത്തിന്റെയും കായികാദ്ധ്വാനം എന്നീ ഊർജ്ജസ്രോതസ്സുകളെയാണ് 1700കൾ വരെയുള്ള കാലങ്ങളിൽ മനുഷ്യൻ നിത്യാവശ്യങ്ങൾക്കായി ഉപയോഗിച്ചുപോന്നിരുന്നത്.. കാറ്റിനെ കാറ്റാടിയന്ത്രങ്ങൾ (wind mill), ജലഗതാഗതവാഹനങ്ങൾ എന്നിവ പ്രവർത്തിപ്പിക്കാനും വിറക്, പാചകം തുടങ്ങിയ വീട്ടാവശ്യങ്ങൾക്കും, മൃഗങ്ങളെ, കൃഷിപ്പണികൾക്കും വണ്ടി ഓടിക്കുന്നതിനും ഉപയോഗപ്പെടുത്തി.

ഈ ഊർജ്ജസ്രോതസ്സുകളെല്ലാം ഒരു തരത്തിൽ അല്ലെങ്കിൽ മറ്റൊരുതരത്തിൽ പ്രകൃതിയെ ആസ്പദിച്ചുള്ളവയും വീണ്ടും വീണ്ടും ഉല്പാദിപ്പിക്കപ്പെട്ടുകൊണ്ടിരിക്കുന്നവയുമാണ്. ഉപയോഗിക്കും തോറും തീർന്നു ഇല്ലാതായി പോകുന്നവയല്ല അവ.

കഴിഞ്ഞ 200 വർഷത്തോളമായി, മണ്ണിൽ നിന്ന് കുഴിച്ചെടുക്കുന്ന സ്രോതസ്സുകളെയാണ് ഊർജ്ജാവശ്യങ്ങൾ നിറവേറ്റാൻ മനുഷ്യൻ കൂടുതലായി ആശ്രയിച്ചുകൊണ്ടിരുന്നത്. 1800-കളിൽ നല്ലൊരു ശതമാനം ഊർജ്ജവും കുഴിച്ചെടുക്കുന്ന കൽക്കരി ഉപയോഗിച്ചാണ് ഉല്പാദിപ്പിച്ചിരുന്നത്. 1850- നു ശേഷമാണ് എണ്ണയും പ്രകൃതിവാതകവും കുഴിച്ചെടുക്കാനും കൽക്കരിക്കും വിറകിനും പകരമായി ഉപയോഗിക്കാനും തുടങ്ങിയത്. ചരിത്രാതീതകാലം തൊട്ടേ മണ്ണിനടിയിൽ ചീഞ്ഞടിഞ്ഞ മരങ്ങൾ, സസ്യങ്ങൾ, ജന്തുജാലങ്ങൾ എന്നിവ നിരവധി ലക്ഷം വർഷങ്ങൾ ചേർന്നാണ് ഫോസിൽ ഇന്ധനകൾ ഉണ്ടായിവരുന്നത്. എന്നാൽ മനുഷ്യരാകട്ടെ, ചുരുങ്ങിയ കാലം കൊണ്ട് തന്നെ, ഉണ്ടാകുന്നതിന്റെ പതിന്മടങ്ങു വേഗതയിൽ, അവ ഉപയോഗിച്ചു തീർത്തു കൊണ്ടിരിക്കുന്നു. കടുത്ത അന്തരീക്ഷമലിനീകരണത്തിനും പരിസരദൂഷണത്തിനും ഇടയാക്കുന്നവയാണ് ഫോസിൽ ഇന്ധനങ്ങൾ എന്നതാണ് അവയുടെ മറുവശം.

യുറേനിയം (uranium) അണുശക്തി ഉപയോഗിച്ചു ഊർജ്ജം ഉല്പാദിപ്പിക്കുന്ന വിദ്യക്ക് 1950 കളോടെ പ്രചാരം ലഭിച്ചു തുടങ്ങി. ഭൂമിക്കടിയിൽ നിന്നാണ് യുറേനിയം ലഭിക്കുന്നതെങ്കിലും അതൊരു ഫോസിൽ ഇന്ധനമല്ല. ഒരു വിധത്തിലും പുതുക്കാവുന്ന ഊർജ്ജസ്രോതസ്സുമല്ല. ഫോസ്സിൽ ഇന്ധനത്തെപ്പോലെ അണുശക്തിയും കടുത്ത മലിനീകരണകാരിയാണ്. എന്ന് മാത്രമല്ല, ഫോസ്സിൽ ഇന്ധനങ്ങളെ അപേക്ഷിച്ചു ആണവവികിരണ മലിനീകരണം കൂടുതൽ കടുത്തതും ദൂരവ്യാപകവുമായ പ്രത്യാഘാതങ്ങൾ ഉളവാക്കാൻ പോന്നതുമാണ്.

പുതുക്കാവുന്ന പാരമ്പര്യേതരമായ ഊർജ്ജസ്രോതസ്സുകൾ

ഉപയോഗിക്കുന്ന അളവിൽ തന്നെ പ്രകൃതി പ്രതിഭാസങ്ങളാൽ പുതുക്കപ്പെടുന്നുമുണ്ടെങ്കിൽ അത്തരം ഊർജ്ജത്തെ പുതുക്കാവുന്ന / പുനരുപയോഗിക്കാവുന്ന ഊർജ്ജങ്ങൾ (Renewable Enegy) എന്ന് പറയാം.

പരമ്പരാഗതമായ ആശ്രയിച്ചുവരുന്ന സ്രോതസ്സുകളിൽ നിന്ന് വ്യത്യസ്ഥമായതിനാൽ പാരമ്പര്യേതര ഊർജ്ജസ്രോതസ്സുകൾ എന്നും അവ അറിയപ്പെടുന്നു. ജലശക്തി, സൗരതാപം, കാറ്റ്, വേലിയേറ്റവും തിരമാലയും, ഭൗമതാപം, ജൈവാവശിഷ്ടം, ജൈവ ഇന്ധനം എന്നിവയിൽ നിന്നെല്ലാം ഉല്പാദിപ്പിക്കപ്പെടുന്ന ഊർജ്ജമാണ് ഈ വിഭാഗത്തിൽ മുഖ്യമായും ഉൾപ്പെടുന്നത്.

പുതുക്കാവുന്നതും പാരമ്പര്യേതരവുമായ ഊർജ്ജം കൂടുതലായി ഉപയോഗിക്കുന്നതോടെ പെട്രോളിയം, പ്രകൃതിവാതകം, കൽക്കരി തുടങ്ങിയ മലിനീകാരികൾ കൂടിയായ ഫോസ്സിൽ ഇന്ധനങ്ങളുടെ ഉപയോഗം കുറയുകയും, അങ്ങനെ അവ കൂടുതൽ കാലത്തേക്ക് ലഭ്യമാകുകയും ചെയ്യുന്നു. ഭൂമിയിലുള്ള ഫോസ്സിൽ ഇന്ധനത്തിന്റെ നല്ലൊരു ശതമാനം 2050 ആകുമ്പോഴേക്കും ഉപയോഗിച്ചു തീർന്നിട്ടുണ്ടാകും എന്ന് കണക്കാക്കിയിരിക്കെ ഇതു വളരെ പ്രധാനമാണ്. ആ സമയസമാകുമ്പോഴേക്കും ആവശ്യമുള്ള ഊർജ്ജത്തിന്റെ പകുതിയിലധികവും പുതുക്കപ്പെടുന്ന ഊർജ്ജ സ്രോതസ്സുകളെ ആശ്രയിച്ചു ആവേണ്ടിയിരിക്കുന്നു.

എന്നാൽ ഉപഭോഗം /അമിത ചൂഷണമെത്തുന്ന വിനിയോഗം, ഉല്പാദിപ്പിക്കപ്പെടുന്ന തോതിനെ അധികരിക്കുന്ന പക്ഷം, പുതുക്കാവുന്നവയുടെ വിഭാഗത്തിൽ പെടുത്താവുന്ന ചില സ്രോതസ്സുകൾ പോലും ഇനിയൊരു പുനരുജ്ജീവനം അസാദ്ധ്യമാകുന്ന തരത്തിൽ നശിച്ചു പോകും.

ജലശക്തി (Hydro Power)

ഏറ്റവും പഴക്കം ചെന്നതും, വലുതുമായ പുതുക്കാവുന്ന ഊർജ്ജസ്രോതസ്സാണിത്. നദികൾക്കു കുറുകെ അണക്കെട്ടുണ്ടാക്കി വെള്ളം തടഞ്ഞുനിർത്തി, അവിടെ നിന്ന് താഴോട്ട് അതിശക്തിയായി വെള്ളമൊഴുക്കി ആ വെള്ളവുമുപയോഗിച്ചു ടർബൈൻ കറക്കുകയും അതു വഴി ജനറേറ്റർ പ്രവർത്തിപ്പിച്ചുമാണല്ലോ ജലവൈദ്യുതി ഉല്പാദിപ്പിക്കുന്നത്. അന്തരീക്ഷത്തിനു ഹാനികരമായ വാതകങ്ങളോ പ്രസരണങ്ങളോ ജലവൈദ്യുതിപദ്ധതികളിൽ നിന്നും ഉണ്ടാകുന്നില്ല. എന്നാൽ വൻകിട ജലവൈദ്യുതപദ്ധതികൾ വ്യാപകമായ വനനശീകരണത്തിനും ആവാസവ്യവസ്ഥയുടെ തകർച്ചക്കും ഹേതുവാകുന്നതിനാൽ പരിസ്ഥിതിസൗഹൃദപരമെന്നോ ഹരിതോർജ്ജമെന്നോ ഇതിനെ കണക്കാക്കാൻ പറ്റില്ല. വനനശീകണം തുലോം കുറഞ്ഞതും ആവാസവ്യവസ്ഥയെ ബാധിക്കാത്തതുമായ ചെറുകിട ജല വൈദ്യുതി പദ്ധതികളാണ് അതിനാൽ അഭികാമ്യം. ഇന്ത്യയെ സംബന്ധിച്ചിടത്തോളം വൈദ്യുതി ആവശ്യകതയുടെ നല്ലൊരു ശതമാനം നിറവേറ്റുന്നത് ജല വൈദ്യുതി പദ്ധതികളാണ്. വൻകിടജല വൈദ്യുതപദ്ധതികൾക്ക് സാദ്ധ്യത ഭാവിയിൽ കുറവാണ്

Fig ജല വൈദ്യുതിക്കു വേണ്ടി

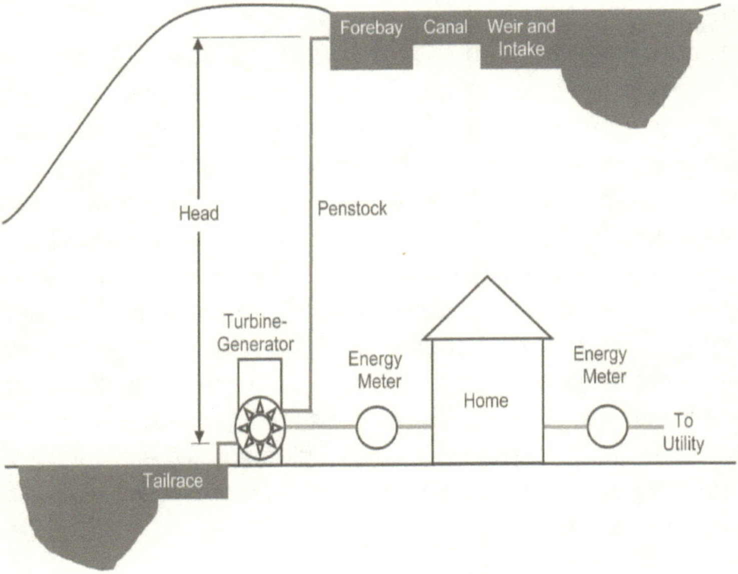

Fig. ജലവൈദ്യുതപദ്ധതി

സൗരോർജ്ജം
(Solar Energy)

സൗരോർജ്ജം സൂര്യന്റെ ശക്തിയിൽ നിന്ന് നേരിട്ട് ലഭിക്കുന്നതാണ്. ചൂടിനും വെളിച്ചത്തിനുമെന്നപോലെ വൈദ്യുതി ഉത്പാദനത്തിനും സൗരോർജ്ജം ഉപയോഗപ്പെടുത്താനാകും. സൗരോർജ്ജം ഉപയോഗിച്ച വൈദ്യുതി ഉണ്ടാക്കുന്നതിനു രണ്ടു രീതികളാണ് അവലംബിച്ചു പോകുന്നത്- സോളാർ തെർമൽ രീതിയും സോളാർ ഫോട്ടോ വോൾട്ടക് രീതിയും. ആദ്യത്തെ രീതിയിൽ സൂര്യന്റെ ചൂട് സംഭരിച്ച പ്രവർത്തിക്കുന്ന വൈദ്യുതി പ്ലാന്റ് (Power Plant) വഴിയാണ് വൈദ്യുതി ഉൽപ്പാദിപ്പിക്കുന്നതെങ്കിൽ രണ്ടാമത്തെതിൽ സോളാർ സെൽ ഉപയോഗിച്ച സൂര്യപ്രകാശത്തെ വൈദ്യുതിയാക്കി മാറ്റുകയാണ് ചെയ്യുന്നത്. ഇതിൽ രണ്ടാമത്തെ രീതിക്കാണ് കൂടുതൽ പ്രചരണം ലഭിച്ചിട്ടുള്ളത്

സോളാർ PV

സോളാർ ഫോട്ടോ വോൾടൈക് പ്രവർത്തിക്കുന്നത് സോളാർ തേർമലിൽ നിന്നും വ്യത്യസ്തമായിട്ടാണ്. പ്രത്യേകതരം അർദ്ധചാലകം(Semi conductor) കൊണ്ട് ഉണ്ടാക്കിയിട്ടുള്ള സോളാർ സെല്ലിൽ പ്രകാശരസ്മികൾ വന്നു പതിക്കുന്നതിന്റെ ഫലമായി വൈദ്യുതി ഉല്പാദിപ്പിക്കപ്പെടുന്നു. വളരെയധികം PV സാങ്കേതികവിദ്യകൾ ഉണ്ടെങ്കിലും ക്രിസ്റ്റലീയ സിലിക്കൺ (Crystal Silicon), തിൻ ഫിലിം സിലിക്കൺ (Thin film Technology) എന്നിവയെ അടിസ്ഥാനമാക്കിയുള്ളവ

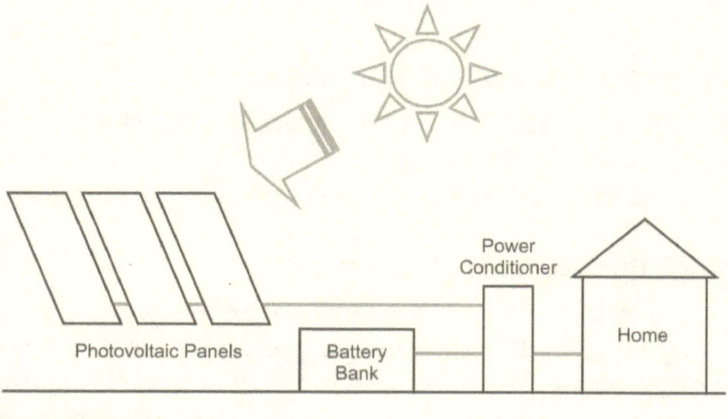

Fig. സോളാർ വൈദ്യുതി

യാണ് പ്രധാനമായും പ്രചാരത്തിലിരിക്കുന്നത്. ക്രിസ്റ്റലീയ സിലിക്കൺ സെല്ലുകൾ സിലിക്കൺ ക്രിസ്റ്റലിൽ നിന്ന് മുറിച്ചെടുത്തിട്ടാണ് ഉണ്ടാക്കുന്നത്. ഓരോ സെല്ലുകളും മറ്റു സെല്ലുകളുമായി യോജിപ്പിച്ച PV മൊഡ്യൂളുകൾ ഉണ്ടാക്കുന്നു. കൂടുതൽ മൊഡ്യൂളുകൾ യോജിപ്പിച്ച് വൈദ്യുതി ഉണ്ടാക്കാൻ ഉപയോഗിക്കാം. അർദ്ധചാലക പദാർത്ഥം (Semi Conductor meterial) അടരുകളായി (layers) ഗ്ലാസ്സിലോ, ലോഹ സബ്സ്റ്റേറ്റിലോ നിക്ഷേപിച്ചിട്ടാണ് തിൻ ഫിലിം സിലിക്കൺ സെൽ ഉണ്ടാക്കുന്നത്. സെല്ലുകൾ വലുതായി ഉണ്ടാക്കാൻ പറ്റും. അതു കാരണം ക്രിസ്റ്റലീയ സെല്ലിനെ അപേക്ഷിച്ച് കുറവ് സെല്ലുകളെ തിൻ ഫിലിം സാങ്കേതിക വിദ്യയിൽ ആവശ്യമുള്ളൂ. ഒരു ക്ലിപ്ത വിസ്തീർണത്തിൽ തിൻ ഫിലിം സാങ്കേതിക വിദ്യയെ അപേക്ഷിച്ച് ക്രിസ്റ്റലീയ സിലിക്കോണിനു ഉല്പാദന ക്ഷമത കൂടുമെങ്കിലും, തിൻ ഫിലിം സാങ്കേതികവിദ്യ താഴെ പറയുന്ന മൂന്നു രീതികൾ ഉൾപ്പെടെ സോളാർ PV യിൽ ഉപയോഗിക്കാവുന്നതാണ്.

ഗ്രിഡുമായി ഘടിപ്പിച്ച PV:-

ഇതിലൂടെ, ആവശ്യം കഴിഞ്ഞു വരുന്ന വൈദ്യുതി പകൽ സമയത്ത് ഗ്രിഡിലേക്കു കൊടുക്കുകയും, ഉല്പാദനമില്ലാത്ത രാത്രി കാലങ്ങളിൽ ഗ്രിഡിൽ നിന്ന് വൈദ്യുതി എടുക്കുകയും ചെയ്യും.

ബാറ്ററിയോടു കൂടി ഗ്രിഡിലേക്കു ഘടിപ്പിച്ച PV:-

ഇതും ഗ്രിഡുമായി ബന്ധിപ്പിച്ച PV പോലെ തന്നെ പ്രവർത്തിക്കുന്നു. കൂടുതലായുള്ളതു ബാറ്ററി ബാക്ക് അപ്പ്, ഗ്രിഡിൽ നിന്നും വൈദ്യുതി ഇല്ലാത്ത സമയത്ത് ഉപകരിക്കുന്നു.

സ്വതന്ത്രമായ ഓഫ് ഗ്രിഡ് സോളാർ PV:-

രാത്രികാലങ്ങളിലെയും മേഘാവൃതമായ സമയങ്ങളിലെയും ഉപയോഗത്തിനായി ബാറ്ററി സ്റ്റോറേജ് ഉപയോഗിക്കുന്നതും ഗ്രിഡുമായി ബന്ധമില്ലാത്തതുമായ സ്വതന്ത്ര സംവിധാനമാണ് ഇതു.

നെറ്റ് മീറ്ററിംഗ് (Net Metering)

ഗ്രിഡിലേക്കു വൈദ്യുതി നൽകാനും ആവശ്യം വരുമ്പോൾ തിരിച്ചു വൈദ്യുതി ഗ്രിഡിൽ നിന്നും എടുക്കാനുമുള്ള സംവിധാനത്തിൽ, വൈദ്യുതി അളക്കുന്ന രീതിയെയാണ് നെറ്റ് മീറ്ററിംഗ് എന്ന് പറയുന്നത്. ഒരു ക്ലിപ്ത സമയത്തിൽ ഗ്രിഡിലേക്കു കൊടുത്തതും ഗ്രിഡിൽ നിന്നും

എടുത്തു ഉപയോഗിച്ചതുമായ വൈദ്യുതി യൂണിറ്റുകളുടെ വ്യത്യാസം ആധാരമാക്കിയുള്ള സമ്പ്രദായമാണ് ഇത്. ഈ ആവശ്യത്തിനായി TOD (Time of the Day) മീറ്ററിംഗ് രീതി നടപ്പാക്കാം.

ഈ രീതിയിൽ ഇൻവെർട്ടർ (Inverter) ഗ്രിഡ്ഡുമായി സിൻക്രോണൈസ്(Synchronise) ചെയ്യേണ്ടത് ആവശ്യമാണ്. ഗ്രിഡ്ഡിലെ വൈദ്യുതി ഫ്രീക്വൻസിയും(freequency) ഇൻവെർടറിലെ ഫ്രീക്യൻസിയും ഒന്നായിരിക്കണം. ഗ്രിഡുമായി ബന്ധിപ്പിക്കുമ്പോൾ ബാറ്ററി വേണ്ടെന്ന് വെക്കുകയോ, ബാറ്ററിയുടെ എണ്ണം കുറക്കുകയോ ചെയ്യാം. ഇത് പദ്ധതി നടപ്പാക്കാനുള്ള ചെലവ് ഗണ്യമായി കുറക്കുമെന്നതിനാൽ കൂടുതൽ ആകർഷണീയമായി അനുഭവപ്പെടുകയും കൂടുതൽ കുടുംബങ്ങൾക്ക് ഈ ബദൽ വൈദ്യുതസ്രോതസ്സ് സ്വീകാര്യമാവുകയും ചെയ്യും.

ഇന്ത്യയിലെ പല സംസ്ഥാനങ്ങളിലും ഗ്രിഡിലേക്കു ഘടിപ്പിച്ച പ്രവർത്തിക്കുവാൻ തുടങ്ങിയിട്ടുണ്ടെങ്കിലും (പ്രത്യേകിച്ച് 3 phase connection) വൈദ്യുതി കമ്മിയുള്ള കേരളത്തിൽ ഈ വിധത്തിലുള്ള പ്രവർത്തങ്ങൾ വ്യാപകമാക്കേണ്ടിയിരിക്കുന്നു

MPPT (Maximum Power Point Tracking)

MPPT എന്നാൽ maximum power point Tracking എന്നതിനെയാണ് സൂചിപ്പിക്കുന്നത്. അതായതു കൂടുതൽ ഊർജ്ജശേഷി സോളാർ PV മോഡ്യൂളിൽ നിന്നും ലഭിക്കുന്നതിനുള്ള ഒരു മാർഗമാണ് MPPT.

സാധാരണ (standarrd) സൗരോർജ്ജ പാനലിൽ നിന്നും 12-13% ദക്ഷത (efficiency) മാത്രമാണ് ലഭിക്കുന്നത്. MPPT ഇതിൽ ചെറിയ തോതിൽ വർദ്ധനയുണ്ടാക്കും. കോൺസെൻട്രേറ്റഡ് സോളാർ PV ഉപയോഗിച്ച ഇപ്പോൾ മെച്ചപ്പെട്ട ദക്ഷത ലഭ്യമായി തുടങ്ങിയിട്ടുണ്ട്.

സിലിക്കൺ സെല്ലിന് പകരമായി ഗാലിയം ആർസനൈഡ് (Gallium Arsenide) സെൽ ഉപയോഗിക്കുകയാണെങ്കിൽ സോളാർ PV യുടെ ദക്ഷത വർദ്ധിക്കുന്നതാണ്. 60% വരെ ദക്ഷത ലഭിക്കുമെന്ന പ്രതീക്ഷയിൽ നിരവിധി ഗവേഷണങ്ങൾ ഈ രംഗത്ത് നടന്നു വരികയാണ്. ഇതെല്ലാം പ്രാബല്യത്തിൽ വരുന്നതോടെ സോളാർ പാലിന്റെ വില വളരെയധികം കുറയുമെന്നും സോളാർ PV വ്യാപനത്തിൽ ഒരു കുതിച്ച ചാട്ടം ഉണ്ടാകുമെന്ന തീർച്ചയാണ്.

സൗര്യതാപോർജ്ജം (Solar Thermal Energy)

സൂര്യതാപോർജ്ജം ഒരു ഊർജ്ജസ്രോതസ്സം സാങ്കേതികവിദ്യയു മാണ്. ഈ സാങ്കേതിക വിദ്യ ഉപയോഗിച്ച താപോർജ്ജമോ വൈദ്യ തോർജ്ജമോ ഉണ്ടാക്കാനേ പറ്റൂ. സോളാർ കുക്കർ(Solar cooker), സോളാർ ഹീറ്റർ (Solar heater), solar സ്പേസ് ഹീറ്റർ (Solar space heater) എന്നിവ സൂര്യതാപം ശേഖരിക്കാൻ ഉപയോഗിക്കാം. ഇത്തരത്തിൽ വിവിധ രൂപത്തിലും വലിപ്പത്തിലും ഉള്ള നിരവധി ശേഖ രണികൾ (Collectors) നിലവിലുണ്ട്. (ഉദാ : പ്ലേറ്റ് കലക്ടർസ് (Plate Collectors), പാരാബോളിക് കലക്ടർസ് (Parabolic Collectors) etc). വൻതോതിൽ ശേഖരിക്കുന്ന സൂര്യതാപം ഉപയോഗിച്ച വെള്ളം ചൂടാക്കി നീരാവിയാക്കി താപവൈദ്യുതനിലയങ്ങൾ (തെർമൽ പവർ പ്ലാന്റ്സ്) പ്രവർത്തിക്കാനാകും. 400 മെഗാവാട്ട് വരെ ശേഷിയുള്ള ഇമ്മാതിരി താപവൈദ്യുതി നിലയങ്ങൾ ലോകത്തിലെ പല സ്ഥലങ്ങളിലും വിശേഷിച്ച മരുഭൂമികളിൽ ഇപ്പോൾ പ്രവർത്തിക്കുന്നുണ്ട്. സൂര്യതാപം പകലുകളിൽ മാത്രം ലഭിക്കുന്ന ഒന്നാകയാൽ, രാത്രികാലങ്ങളിൽ പ്രവർത്തനം പ്രായോഗികമല്ല.

സൂര്യതാപം ഉപയോഗിച്ചുള്ള ഊർജ്ജോത്പാദനത്തിന്റെ ദക്ഷത സോളാർ PV യെ അപേക്ഷിച്ച് കൂടുതലായതിനാൽ വളരെയധികം സാദ്ധ്യതയുള്ള ഒരു ഊർജ്ജസ്രോതസ്സായി അതിനെ കണക്കാക്കാം.

പവനോർജ്ജം (Wind Energy)

കാറ്റിൽ കറങ്ങുന്ന കാറ്റാടി യന്ത്രങ്ങൾ സ്ഥാപിച്ച് വൈദ്യുതി ഉല്പാദിപ്പിക്കുന്ന രീതിയാണ് ഇത്. കാറ്റ് എയ്റോ ഡൈനാമിക് ബ്ലേഡുകളെ (Aerodynamic Blades) കറക്കുകയും ടർബൈനിന്റെ ഷാഫ്റ്റ് കറങ്ങാൻ സഹായിക്കുകയും ചെയ്യുന്നു. അതോടെ ഷാഫ്റ്റിനോട് ഘടിപ്പിച്ചിട്ടുള്ള ജനറേറ്റർ പ്രവർത്തിച്ച് വൈദ്യുതി ഉല്പാദനം നടത്തും. ചെറിയ തോതിലുള്ള ശബ്ദമൊഴികെ, പവനോർജ്ജം യാതൊരു വിധത്തിലുള്ള മലിനീകരണവും ഉണ്ടാക്കുന്നില്ല. മതിയായ അളവിൽ വൈദ്യുതി ലഭിക്കാൻ, നല്ല കാറ്റ് ലഭിക്കുന്ന പ്രദേശങ്ങളിൽ നിരവധി കാറ്റാടി യന്ത്രങ്ങളുള്ള കാറ്റാടിപ്പാടങ്ങൾ തന്നെ സ്ഥാപിക്കേണ്ടതുണ്ട്. ഒഴിഞ്ഞുകിടക്കുന്ന പല സ്ഥലങ്ങളിലും കാറ്റാടി യന്ത്രങ്ങൾ സ്ഥാപിക്കാൻ കഴിയുമെങ്കിലും ഉചിതമായ സ്ഥലത്തിന്റെ ലഭ്യത ഈ സംവിധാനത്തിലെ ഒരു പ്രധാന ഘടകമാണ്.

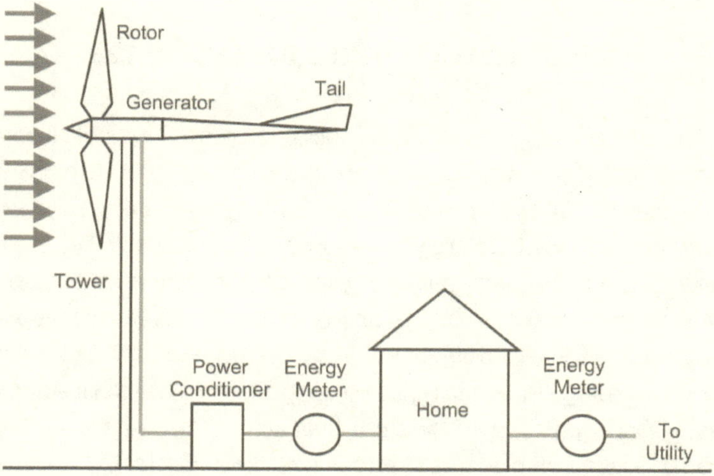

Fig. പവനോർജ്ജം

Fig. വിൻഡ് മിൽ

കാറ്റാടിയന്ത്രങ്ങൾ ഉപയോഗിച്ചുള്ള വൈദ്യുതി ഉല്പാദനത്തിൽ പല രാജ്യങ്ങളും വളരെയധികം മുന്നോട്ട് പോയിട്ടുണ്ട്. അമേരിക്ക പോലുള്ള രാജ്യങ്ങളിൽ ഏറ്റവും വേഗം വളർന്നു കൊണ്ടിരിക്കുന്ന ഊർജ്ജസ്രോതസ്സാണ് പവനോർജ്ജം(Wind Energy). ഏറ്റവും സാദ്ധ്യതയുള്ള ഭാവിസ്രോതസ്സുകളിൽ ഒന്നാണിത്. വ്യക്തമായ ആസൂത്രണത്തിന്റെ അടിസ്ഥാനത്തിൽ പദ്ധതികൾ നടപ്പാക്കുന്ന പക്ഷം ഇന്ത്യയുടെ വൈദ്യുതി ആവശ്യങ്ങളിലേക്കു വലിയ സംഭാവനകൾ നൽകാൻ ശേഷിയുള്ള ഊർജ്ജ സ്രോതസ്സുകളിൽ ഒന്നാണിത്.

തിരമാലയിൽ നിന്നുള്ള ഊർജ്ജം (Tidal Energy)

കടൽത്തിരകളെ ഉപയോഗപ്പെടുത്തി വൈദ്യുതി ഉല്പാദിപ്പിക്കുന്ന രീതിയാണ് ഇത്. സമുദ്രത്തിന്റെ ഉപരിതലത്തിലുള്ള തരംഗങ്ങളുടെ ഊർജ്ജവും (Wave power) സമുദ്രതീരത്തുള്ള തിരമാലകളുടെ ഊർജ്ജവും (Tidal Energy) വൈദ്യുതോൽപ്പാദനത്തിന് പ്രയോജനപ്പെടുത്താനാകും. ഒരു ജലോർജ്ജമായി ഇതിനെ കണക്കാക്കാം. ഉൽപ്പാദന സാദ്ധ്യതകൾ ഏറെയുള്ള ഒന്നാണെങ്കിലും സാങ്കേതിക വിദ്യ വേണ്ടത്ര പുരോഗതി പ്രാപിച്ചിട്ടില്ല എന്നതു കൊണ്ട് വ്യവസായികവും വാണിജ്യപരവുമായ പ്രചാരണം ഇതിനു വളരെയധികമൊന്നും ലഭിച്ചിട്ടില്ല. എങ്കിലും ഭാവിയുടെ ഊർജ്ജ സ്രോതസ്സുകളിൽ ഒട്ടും അപ്രധാനമല്ലാത്ത ഒരു സ്ഥാനം തന്നെ കടൽതിരകൾക്കുണ്ട്.

ഭൂഗർഭ താപോർജ്ജം

ഭൂമിക്കടിയിൽ ഉണ്ടാകുന്നതും ശേഖരിക്കപ്പെടുന്നതുമായ താപത്തിൽ നിന്ന് ലഭിക്കുന്നതാണ് ഭൂഗർഭ താപോർജ്ജം,.(Geothermal Energy). ഭൂമിയുടെ ഉത്ഭവസമയത്തുണ്ടായ അത്യധികമായ താപ ത്തിന്റെ അവശേഷിപ്പും, ആണവശോഷണം (Nuclear decay)മൂലം കേന്ദ്രഭാഗത്തുണ്ടാകുന്ന കൂടിയ തോതിലുള്ള (4000degree) ചൂടും ആണ് ഭൂമിയുടെ ഉള്ളറകളെ ഉയർന്ന താപനിലയിലെത്തിക്കുന്നത്.

ഭൂമിയുടെ കേന്ദ്രഭാഗവും ഉപരിതലവും തമ്മിലുള്ള താപവ്യത്യാ സമാണ് ഭൂഗർഭതാപോർജ്ജത്തിന്റെ ഉറവിടം. ചില സ്ഥലങ്ങളിൽ ഭൂമിയുടെ ഉള്ളിൽ നിന്ന് പുറത്തേക്കു ചൂടുനീരുറവകൾ (Hot springs) വരുന്നത് ഈ പ്രതിഭാസത്തിന്റെ ഫലമായാണ്. ഭൂഗർഭതാപം എളു പ്പത്തിൽ കിട്ടുന്ന സ്ഥലങ്ങളിൽ ആഴമേറിയ കിണറുകൾ കുഴിച്ചു ലഭ്യ മാകുന്ന താപം ഉപയോഗപ്പെടുത്തി, നീരാവി ഉണ്ടാക്കി ടർബൈൻ ചലിപ്പിച്ചാണ് വൈദ്യുതി ഉണ്ടാക്കുന്നത്. ഭൂഗർഭതാപനിലയങ്ങൾ കൂടുതൽ ഉള്ളത് അമേരിക്കാ, ഇന്തോനേഷ്യ, ഫിലിപ്പിൻസ് എന്നീ രാജ്യങ്ങളിലത്രേ.

ഇന്ത്യയെപ്പോലുള്ള രാജ്യങ്ങളിൽ ഈ സ്രോതസ്സിനു ചെറിയ സാദ്ധ്യതകളെ ഉള്ളു. ലഭ്യമായ സാദ്ധ്യതകളെ ഉപയോഗപ്പെടുത്താനു ള്ള നടപടികൾ തുടങ്ങിയിട്ടുമില്ല.

Fig. ഭൂഗർഭതാപോർജ്ജം

ജൈവ അവശിഷ്ടങ്ങൾ (Biomass)

വ്യവസായിക-കാർഷിക പ്രവർത്തനങ്ങളിൽ നിന്നും നമ്മുടെ നിത്യജീവിതവൃത്തികളിൽ നിന്നും ഉണ്ടാകുന്ന ജൈവഅവശിഷ്ടങ്ങൾ, വിവിധതരം സസ്യലതാതികൾ, വൃക്ഷങ്ങൾ മുതലായവ ഉൾക്കൊള്ളുന്നതാണ്.

ജൈവ അവശിഷ്ടങ്ങൾ തീ കണ്ടുപിടിച്ചകാലം മുതൽക്കേ താപോർജ്ജ ആവശ്യങ്ങൾക്കായി മനുഷ്യൻ ഉപയോഗപ്പെടുത്തി വരുന്ന ഊർജ്ജസ്രോതസ്സാണ്.

ഇവ നേരിട്ടോ ജൈവ ഇന്ധനമായി രൂപാന്തരപ്പെടുത്തിയോ താപോൽപാദനത്തിനു ഉപയോഗിക്കാനാകും. കൽക്കരിയെ അപേക്ഷിച്ച് ശുദ്ധമായ ഇന്ധനമായതിനാൽ താപവൈദ്യുതനിലയങ്ങളിൽ കൽക്കരിക്കു പകരമായി ഉപയോഗിക്കാം. പ്രത്യേകിച്ച് രൂപകൽപന ചെയ്ത താപവൈദ്യുത നിലയങ്ങളിൽ നേരിട്ട് ഇന്ധനമായി കത്തിക്കുകയും ചെയ്യാം. താരതമ്യേന കുറവ് സൾഫർ ഡൈ ഓക്സിയ്ഡ് മാത്രമേ പുറപ്പെടുവിക്കപ്പെടുന്നുള്ളു എന്ന ഗുണവശവുമുണ്ട്.

ജൈവാവശിഷ്ടങ്ങൾ ജീർണ്ണിക്കുമ്പോൾ മീഥേൻ ഉല്പാദിപ്പിക്കപ്പെടുന്നുണ്ട്. ഇവ ഉപയോഗിച്ചുള്ള ഗ്യാസിഫിക്കേഷൻ പ്ലാന്റിൽ മീഥേൻ നിർമിക്കാനും അതു ബോയിലറുകളിൽ ഇന്ധനമായി ഉപയോഗിച്ച് നീരാവി ഉല്പാദിപ്പിക്കാനുമാകും. ഈ നീരാവി കൊണ്ട് ടർബൈൻ പ്രവർത്തിപ്പിക്കുകയും വൈദ്യുതി ഉണ്ടാക്കുകയും ചെയ്യാം.

ജൈവ ഇന്ധനങ്ങൾ (Bio Fuel)

ജൈവാവശിഷ്ടങ്ങൾ ഉൾപ്പെടെയുള്ള ജൈവപദാർത്ഥങ്ങളിൽ നിന്ന് ഉല്പാദിപ്പിക്കുന്ന വിവിധയിനം ഇന്ധനങ്ങളെയാണ് ജൈവഇന്ധനങ്ങൾ എന്ന് പറയുന്നത്. ജട്രോഫ തുടങ്ങിയ സസ്യങ്ങളിൽ നിന്നും സസ്യഎണ്ണയിൽ നിന്നും മൃഗക്കൊഴുപ്പിൽ നിന്നുമുണ്ടാകുന്ന ബയോഡീസൽ, പഞ്ചസാര ലായനിയോ, മൊളാസസ് ലായനിയോ പുളിപ്പിച്ചെടുക്കുന്ന ബയോ എത്തനോൾ (Bio-ethanol) തുടങ്ങി ദ്രാവകരൂപത്തിലുള്ളതും വിറക്, ചാണകം, വൈക്കോൽ, ഗാർഹികാവശിഷ്ടങ്ങൾ തുടങ്ങി ഖരരൂപത്തിലുള്ളതും, പൊതുസ്ഥലങ്ങളിൽ നിന്നും തിരസ്കരിക്കപ്പെടുന്ന ജൈവ അവശിഷ്ടങ്ങൾ കത്തിച്ചോ അഴുകാൻ അനുവദിച്ചോ ഉണ്ടാകുന്ന ബയോഗ്യാസ് തുടങ്ങി വാതക രൂപത്തിലുള്ള

ജൈവ ഇന്ധനങ്ങളും ഉണ്ട്. പാചകം മുതൽ വാഹനങ്ങളും വ്യവസായ ശാലകളും പ്രവർത്തിപ്പിക്കുന്നതിനും വൈദ്യുതി ഉൽപ്പാദിപ്പിക്കുന്നതിനും ഇവ പ്രയോജനപ്പെടുത്താനാവും.

ബയോഫ്യൂവൽ എന്ന് പറയുന്നത് ബയോമാസ്സിൽ നിന്ന് ലഭിക്കുന്ന ഇന്ധനമായി ഉപയോഗിക്കാവുന്ന ധാരാളം ഫ്യൂവലുകളെ ഉദ്ദേശിച്ചാണ്. ബയോഇന്ധനം ഖരമായിട്ടും, ദ്രാവകമായിട്ടും വാതകമായും ഉണ്ട്. ഗ്യാസ് രൂപത്തിലുള്ള ബയോഫ്യൂവലുകൾ ബയോഗ്യാസ്, ലാൻഡ്ഫിൽ ഗ്യാസ്, സിന്തറ്റിക് ഗ്യാസ് എന്നിവയാണ്.

ബയോ എഥനോൾ അഥവാ ഈതൈൽ അൽക്കോഹോൾ, പഞ്ചസാര അടിസ്ഥാമാക്കിയ സസ്യഭാഗങ്ങൾ ഫെർമെൻറ് ചെയ്താണ് ഉണ്ടാക്കുന്നത്. (പ്രധാനമായും പഞ്ചസാരയിൽ നിന്നും സ്റ്റാർച്ച് (Starch) അടിസ്ഥാനമായ വിളകളിൽ നിന്നും).

സെല്ലുലോസ്സ് ബിയോമാസ്സ്കളായ മരങ്ങൾ, പുല്ലുകൾ എന്നിവയിൽ നിന്നും എഥനോൾ ഉണ്ടാക്കാനുള്ള സാങ്കേതികവിദ്യ വളർന്നു വന്നിട്ടുണ്ട്. എഥനോൾ പെട്രോളിൽ ബ്ലെൻഡ് ചെയ്തോ ഉപയോഗിക്കാൻ സാദ്ധ്യമാണ്. ഉപയോഗിക്കുന്നത് നിലവിലെ നിയമങ്ങൾക്കും ഗവണ്മെന്റ് നിർദ്ദേശങ്ങൾക്കും അനു സരിച്ചായിരിക്കണം എന്നു മാത്രം. ബയോഫ്യൂവൽ മൂലം ആഗോളതാപനത്തിനു കാരണമായ കാർബൺ എമിഷൻ വളരെ കുറവാണ്.

ബയോ ഡീസൽ ഉണ്ടാക്കുന്നത് വെജിറ്റബിൾ എണ്ണകളിൽ നിന്നും അനിമൽ ഫാറ്റുകളിൽ നിന്നുമാണ്.

2011-ലെ കണക്കുപ്രകാരം ബയോ ഫ്യൂവൽ ആഗോളതലത്തിൽ ഗതാഗത ഇന്ധനത്തിന്റെ 3% ഓളം വരും.

ഭക്ഷ്യവിളകൾ കൃഷി ചെയ്തു വരുന്ന ഫലഭൂയിഷ്ഠമായ കൃഷിയിടങ്ങളിൽ ജൈവ ഇന്ധന നിർമാണത്തിന് ഉപയുക്തമായ സസ്യങ്ങൾ വൻതോതിൽ കൃഷി ചെയ്യുന്ന പ്രവണതയും, ആഹാരസംബന്ധമായ ഉപയോഗമുള്ള ധാന്യങ്ങൾ ജൈവഇന്ധന നിർമാണത്തിന് വൻതോതിൽ വഴി തിരിച്ചുവിടുന്ന പ്രവണതയും ലോകത്തിന്റെ ഭക്ഷ്യ സുരക്ഷയെ അപകടത്തിലാക്കുന്നു എന്ന വിമർശനവും കാണാതിരുന്നുകൂടാ

ഇന്ധന സെല്ലുകൾ (Fuel Cells):

ഇന്ധനസെൽ പാരമ്പര്യേതര ഊർജ്ജോത്പാദന സാമഗ്രിയായാണ് കണക്കാക്കപ്പെടുന്നത്. എന്നാൽ ഇവയിൽ ഉപയോഗിക്കുന്ന ഇന്ധനം പുതുക്കപ്പെടാവുന്ന ഇനത്തിൽ ഉൾപ്പെടുന്നതുണ്ടെങ്കിൽ മാത്രമേ അപ്രകാരമുള്ള ഊർജ്ജസാമഗ്രിയായി ഇതിനെ കണക്കാക്കാനാകൂ. ഒരു ബാറ്ററിയിലെ പോലെ തന്നെ, രാസപ്രക്രിയയിലൂടെ ഉണ്ടാകുന്ന ഊർജ്ജം വൈദ്യുതിയും ചൂടുമായി മാറുകയാണ് ഇന്ധനസെല്ലിൽ ചെയ്യുന്നത്. ഒരു ബാറ്ററി ആവശ്യമായ രാസവസ്തുക്കൾ ഉണ്ടെങ്കിൽ മാത്രമേ പ്രവർത്തിക്കുകയുള്ളൂ. ഇന്ധനസെല്ലിലാകട്ടെ ഇന്ധനം കൊടുക്കുന്നിടത്തോളം കാലം പ്രവർത്തനക്ഷമമായിരിക്കും. ഹൈഡ്രജനും ഓക്സിജനും ഇന്ധനസെല്ലിൽ ചേരുന്നത് വൈദ്യുതി ഉണ്ടാകുന്നതിനു സഹായിക്കുന്നു.

ഓക്സിജൻ ലഭിക്കുന്നത് വായുവിൽ നിന്നും, ഹൈഡ്രജൻ വെള്ളം ഇലക്ട്രോലിസിസ് (Electrolysis) മുഖേനയോ അല്ലെങ്കിൽ ഫോസ്സിൽ ഇന്ധനത്തിൽ നിന്നോ ആയിരിക്കും. ഖനീജ ഇന്ധനം നേരിട്ടു ഉപയോഗിക്കാൻ കഴിയുന്നവയാണ് പുതിയ രീതിയിലുള്ള ഇന്ധനസെല്ലുകൾ. വാഹനങ്ങൾക്ക് അനുയോജ്യമായ ഭാവി ഇന്ധനസ്രോതസ്സ് എന്ന സാദ്ധ്യത മുൻ നിർത്തി ഇത് സംബന്ധമായ ഗവേഷണങ്ങൾ പല

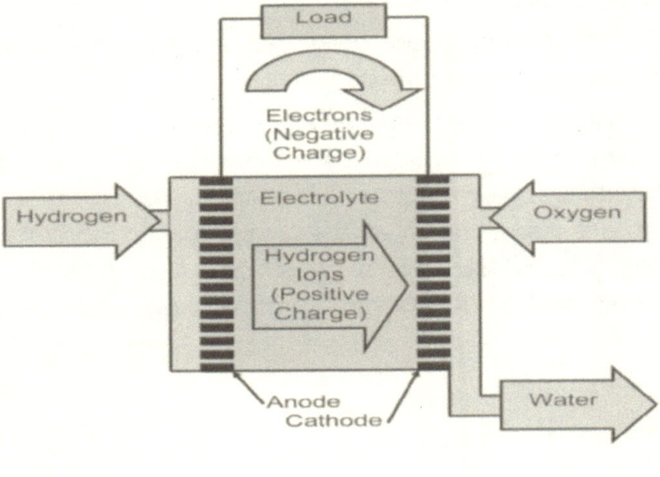

Fig. ഇന്ധനസെൽ

മോട്ടോർ വാഹന നിർമ്മിതാക്കളുടെയും മുൻകൈയ്യിൽ ഇപ്പോൾ ഊർജ്ജിതമായി നടന്നു വരുന്നുണ്ട്. ഗാർഹിക ആവശ്യങ്ങൾക്കും ഈ ഊർജസ്രോതസ്സ് ഒരു ഭാവി വാഗ്ദാനമാകാം.

ഹോട്ട് സാൾട്ട് സ്റ്റോറേജ് (Hot Salt Storage) :-

ഉപ്പിന്റെ പ്രത്യേക മിശ്രിതം ചൂടാക്കി ചൂടുള്ള അർദ്ധദ്രാവക രൂപത്തിൽ (Molten) ഇൻസുലേറ്റഡ് ടാങ്കിനകത്തു ശേഖരിക്കുകയും പ്രസ്തുത ദ്രാവകത്തിന്റെ താപം ഉപയോഗിച്ച് വെള്ളം ചൂടാക്കി, ഉണ്ടാകുന്ന നീരാവി കൊണ്ട് താപനിലയം പ്രവർത്തിപ്പിച്ച വൈദ്യുതി ഉല്പാദിപ്പിക്കുന്ന രീതിയാണ് ഇത്.

ഇന്ത്യയിലെ ഊർജ്ജസ്ഥിതി :-

ഇന്ത്യയിലെ മൊത്തം വൈദ്യുതശക്തിയുടെ സ്ഥാപിതശേഷി 2013ൽ 250-257 GW ആണ്. 1102.9Twh ആയിരുന്നു 2013ൽ ഉല്പാദിപ്പിക്കപ്പെട്ട ആകെ ഊർജ്ജം. വൈദ്യുതഉപയോഗം വർഷം തോറും 10% കണ്ടു വർദ്ധിക്കുന്നുണ്ട്. ജലോർജ്ജം ഒഴികെയുള്ള പുതുക്കാവുന്ന ഊർജ്ജസ്രോതസ്സുകളിൽ നിന്നും ഉപഭോഗത്തിന്റെ 12% ത്തോളം മാത്രമേ കിട്ടുന്നുള്ളു എന്നാണ് 2013 ലെ കണക്കുകൾ നൽകുന്ന സൂചന. കേന്ദ്രികൃതമായ വൻകിട പദ്ധതികളെയാണ് വൈദ്യുതി ഊർജ്ജത്തിനായി ഇന്ത്യ ഇന്നും ആശ്രയിക്കുന്നത്. കേന്ദ്രീകരണ സമ്പ്രദായം, വൈദ്യുതി പ്രസരണത്തെയും വിതരണത്തെയും ചെലവേറിയ പ്രക്രിയകളാക്കുന്നുണ്ട്.

ഇന്ത്യയുടെ വൈദ്യുതി ഉല്പാദനത്തിന്റെ വിപുലീകരണം ആസൂത്രണം ചെയ്യപ്പെട്ടിരിക്കുന്നതാകട്ടെ മുഖ്യമായും പെട്രോളിയം, കൽക്കരി, പ്രകൃതി വാതകം തുടങ്ങിയ പാരമ്പര്യ ഊർജ്ജസ്രോതസ്സുകളെയും അണുശക്തിയെയും അടിസ്ഥാനമാക്കിയാണ്. എന്നാൽ ഇവിടുത്തെ വർദ്ധിച്ചുവരുന്ന ഊർജ്ജ ആവശ്യങ്ങൾ ഈ സ്രോതസ്സുകളെ മാത്രം ആശ്രയിച്ച നിറവേറ്റുകയെന്നത് അസാധ്യമാണ് താനും. പുതുക്കപ്പെടാവുന്ന ഊർജ്ജത്തിന്റെ ഉറവിടങ്ങൾ വളരെയധികം ഉണ്ടെന്നിരിക്കെ അവയൊന്നും ഉപയോഗിക്കാൻ കഴിയാതെ ഖനീജ ഇന്ധനത്തെ മാത്രം ആശ്രയിക്കുന്നത് ബുദ്ധിപൂർവകമല്ല. പുതുതായി തുടങ്ങുന്ന വ്യവസായ -വികസന പദ്ധതികളും ഖനീജ ഇന്ധനത്തെ ആശ്രയിക്കുന്നവയാകുമ്പോൾ അവയുടെ ഉപഭോഗവും തതനുസൃതമായി ഇറക്കുമതിയും വർദ്ധിക്കുന്നു. രാജ്യത്തിന്റെ വാണിജ്യക്കമ്മിയും ധനക്കമ്മിയും ഉയരുന്നതിനു അത് കാരണമാകും. ഖനീജ ഇന്ധനങ്ങളുടെ ഉപയോ

ഗത്തിലുണ്ടാകുന്ന വർദ്ധന സർവോപരി, ഹരിതഗൃഹ വാതകങ്ങളുടെ വർദ്ധിച്ച ഉത്സർജനത്തിനു ഇടവരുത്തുകയും, അതു അന്തരീക്ഷ താപ നത്തിനും കാലാവസ്ഥ വ്യതിയാനത്തിനും ആക്കം കൂട്ടുകയും ചെയ്യും.

ഈ പ്രശ്നങ്ങളും ഭവിഷ്യത്തുകളും ഭാവിയിലെ ഊർജ്ജസുരക്ഷ യും മുൻനിർത്തിയാവണം, ഇന്ത്യ വരുംകാല ഊർജ്ജപദ്ധതികൾ ആസൂത്രണം ചെയ്യേണ്ടത്. ശുദ്ധവും ചെലവ് ചുരുങ്ങിയതുമായ ഊർജ്ജം ലഭിക്കുക എന്നതു ഊർജ്ജ സുരക്ഷക്ക് അത്യന്താ പേക്ഷിതമാണ്.

അതിനാൽ, വികേന്ദ്രീകൃതമായി നടപ്പിലാക്കാവുന്നതും പുതുക്ക പ്പെടാവുന്നതുമായ ഊർജ്ജസ്രോതസ്സുകളെ ഉപയോഗപ്പെടുത്തുന്ന പദ്ധതികൾക്കായിരിക്കണം മുൻഗണന. സൗരോർജ്ജ -പവനോർജ്ജ പദ്ധതികൾ യുദ്ധകാലാടിസ്ഥാനത്തിൽ മുന്നോട്ടു കൊണ്ടുപോകുക, പുതുക്കപ്പെടാവുന്ന മറ്റു സ്രോതസ്സുകൾ കൂടി ഉപയോഗപ്പെടുത്തുന്ന തിനുള്ള മാർഗങ്ങൾ ആരായുക എന്നിവയാവണം അതിന്റെ മുഖ്യ ഘടകങ്ങൾ.

ഉദാഹരങ്ങൾ, സാധ്യതകൾ

ഇന്ത്യയിലെ പതിനായിരക്കണക്കിന് ഗ്രാമങ്ങളിൽ വൈദ്യുതി ഇപ്പോഴും കിട്ടാക്കനിയാണ്. സർക്കാരിന്റെ അനാസ്ഥയാണ് ഒരു കാരണമെങ്കിൽ വൈദ്യുത വിതരണ ശൃംഖല അവിടെ എത്തിക്കാ നുള്ള ബുദ്ധിമുട്ടായിരിക്കും മറ്റൊരു കാരണം. ഇത്തരം സ്ഥലങ്ങളിൽ സൗരോർജ്ജ പദ്ധതികൾക്ക് പ്രഥമ സ്ഥാനമുണ്ട്. പുതുക്കലിനും പുനരുപയോഗത്തിനും സാധ്യതയുള്ള സ്രോതസ്സുകളെ ആശ്രയിച്ചു ള്ള ഊർജ്ജോല്പാദനം വർദ്ധിപ്പിക്കാൻ വേണ്ടി ദേശീയ -സംസ്ഥാന ഭരണകൂടങ്ങൾ ചില ചുവടുവെപ്പുകൾ നടത്തിയിട്ടുണ്ട്. ജവഹർലാൽ നെഹ്റു ദേശീയ സൗരോർജ്ജദൗത്യം (Jawaharlal National Solar Mission -JNSM) അത്തരത്തിലൊന്നാണ്. 2022-ഓടെ 20GW സൗരോർജ്ജം എന്നതാണ് ഇതിന്റെ ലക്ഷ്യം.

കെട്ടിട മേൽക്കൂരകളിൽ സൗരോർജ്ജ പാനലുകൾ സ്ഥാപിക്കു ന്നതു പോലെയുള്ള ചെറുകിട സംരംഭങ്ങളെ പ്രോത്സാഹിപ്പിക്കുന്നതിന് പുറമെ, വലിയ തോതിലുള്ള സോളാർ പദ്ധതികളും നടപ്പാക്കാവു ന്നതാണ്.

സ്ഥലപരമായ എല്ലാ സാദ്ധ്യതകളും ഉപയോഗപ്പെടുത്തുക എന്നതു ഇതിന്റെ ആസൂത്രണതന്ത്രങ്ങളുടെ ഒരു പ്രധാന ഘടകമാവണം. ഉദാ ഹരണമായി നാട്ടിലെമ്പാടുമുള്ള ജലസേചനകനാലുകളുടെ മുകളിൽ

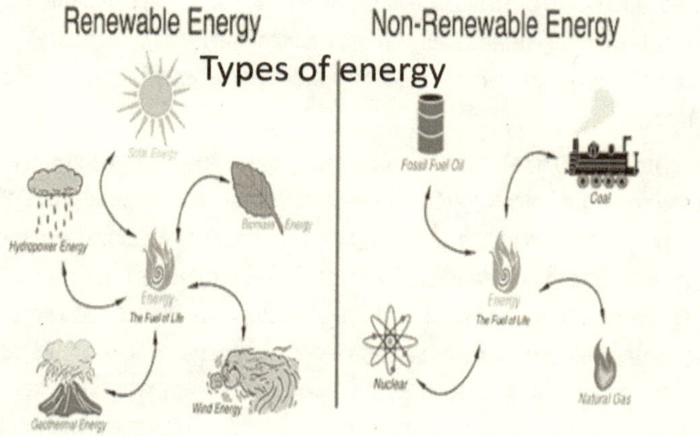

ഇരു കരകളിലുമായി സോളാർ പാനലുകൾ സ്ഥാപിക്കാനാകും. ബാഷ്പീകരണം മൂലമുള്ള ജലനഷ്ടം കുറക്കുന്നതിനും ഇതുപകരിക്കും. നദികൾക്കും മറ്റു ജലാശയങ്ങൾക്കും അണക്കെട്ടുകളുടെ വിശാലമായ ജലപ്പരപ്പിനു മേലെയും ഒഴുകിക്കിടക്കുന്ന തരത്തിലോ തൂണുകളിൽ ഉറപ്പിച്ചതരത്തിലോ സോളാർ പാനലുകൾ സ്ഥാപിക്കാൻ കഴിയും. സോളാർ മിഷൻ പദ്ധതികൾ നേരിടുന്ന ഭൂലഭ്യതയുടെ പ്രശ്നങ്ങൾ നല്ലൊരു പരിധിവരെ പരിഹരിക്കാനും ഇതുപകരിക്കും. താരതമ്യേന ചിലവേറിയ ഏർപ്പാടാണെങ്കിലും സോളാർ പാനലിന്റെ ഉത്പാദന ച്ചെലവ് സമീപകാലത്തായി കുറഞ്ഞിട്ടുണ്ട് എന്നതു ശുഭോദർക്കമാണ്.

പെട്രോളിയം, പ്രകൃതിവാതകം എന്നിവയുടെ ഉപയോഗം കുറക്കാനും അന്തരീക്ഷമലിനീകരണം ലഘൂകരിക്കാനും വാഹനങ്ങൾ വൈദ്യുതി ഉപയോഗിച്ച് പ്രവർത്തിപ്പിക്കേണ്ട സ്ഥിതി സമീപഭാവിയിൽ തന്നെ സംജാതമാകും.

ഇത്തരം വാഹനങ്ങളുടെ ബാറ്ററികൾ ചാർജ് ചെയ്യാൻ ആവശ്യമായ വൈദ്യുതി റോഡരികെ സ്ഥാപിക്കുന്ന സൗരോർജ്ജപാനലുകൾ വഴി ഉല്പാദിപ്പിക്കാനാകുന്നതേ ഉള്ളൂ. പല വിദേശ രാജ്യങ്ങളിലും ഇത്തരം പദ്ധതികളുമായി വളരെയധികം മുന്നോട്ടു പോയിക്കഴിഞ്ഞു. വൈദ്യുതി ഉപോയോഗിച്ചുള്ള വാഹനങ്ങൾ പ്രചാരണത്തിൽ ആകുന്നതോടെ ഇന്ത്യക്കും ഈ വിധത്തിൽ ചിന്തിക്കേണ്ടി വരും.

നമ്മുടെ വിശാലമായ കൃഷിയിടങ്ങളിൽ കാറ്റാടിയന്ത്രങ്ങൾ സ്ഥാപിക്കുക എന്നതു ആരായാവുന്ന ഒരു മാർഗമാണ്. ഈ പദ്ധതിക്ക് പ്രത്യേകം ഭൂമി ആവശ്യമില്ലെന്നിരിക്കെ, കൃഷിയിടവിശ്രുതിയിൽ

കുറവൊന്നും സംഭവിക്കാതെ തന്നെ ഇത് പ്രാവർത്തികമാക്കാൻ സാധിക്കും. കൃഷിക്കാരെ വിശ്വാസത്തിലെടുത്തു കൊണ്ട് വേണം പദ്ധതി നടപ്പാക്കാൻ. അവർക്കു തക്കതായ പ്രതിഫലം നൽകുകയും വേണം.

നമ്മുടെ അടിസ്ഥാനപരമായ ഊർജ്ജാവശ്യങ്ങളിൽ ഒന്നു ഭക്ഷണപദാർത്ഥങ്ങളുടെ പാചകവുമായി ബന്ധപ്പെട്ടതാണ്. ഈ ആവശ്യങ്ങൾ നിറവേറ്റുന്നതിന് ഉപയുക്തമായ ഒരു പാരമ്പര്യേതരമായ സ്രോതസ്സാണ് ജൈവാവശിഷ്ടങ്ങൾ ഉപയോഗിച്ച് പ്രവർത്തിക്കുന്ന ബയോഗ്യാസ് പ്ലാന്റുകൾ. വീടുകളിലെയും പൊതുസ്ഥലങ്ങളിലെയും ജൈവമാലിന്യസംസ്കരണത്തിന്റെ ഏറ്റവും ചെലവ് കുറഞ്ഞതും ശാസ്ത്രീയവുമായ ഉപാധി കൂടിയാണ് അത് എന്നതു ബയോഗ്യാസ് പ്ലാന്റുകളെ കൂടുതൽ ആകർഷണമാക്കുന്നു. പഞ്ചായത്തുകളും മുൻസിപ്പാലിറ്റികളും കോർപറേഷനുകളും കേന്ദ്രീകൃത ബയോഗ്യാസ് പ്ലാന്റുകൾ സ്ഥാപിക്കുന്ന പക്ഷം വൈദ്യുതി ഉല്പാദനവും സാദ്ധ്യമാക്കാനാകും.

പുതുക്കപ്പെടാവുന്ന ഊർജ്ജസ്രോതസ്സുകളായിരിക്കും സമൂഹത്തിന്റെ ഭാവി വികസനത്തിൽ ഏറ്റവും വലിയ പങ്കു വഹിക്കുക. 2030-ഓടെ ഊർജ്ജോല്പാദനത്തിന്റെ 50 ശതമാനവും പുതുക്കാവുന്ന ഊർജ്ജസ്രോതസ്സുകളിൽ നിന്നായില്ലെങ്കിൽ ഗുരുതരമായ ഊർജ്ജ പ്രതിസന്ധി നേരിടേണ്ടി വരുന്ന രാജ്യങ്ങളിലൊന്ന് ഇന്ത്യയായിരിക്കും. സാമ്പത്തിക വിദഗ്ധനായ ജെറെമി റിഫ്റിൻ (Jeremy Rifrin) നടത്തുന്ന ഒരു പ്രസ്താവന ഇവിടെ ഉദ്ധരിക്കുന്നത് ഇത്തരുണത്തിൽ ഉചിതമായിരിക്കും. 'പുതുക്കാവുന്ന ഊർജ്ജസ്രോതസ്സുകളുടെ സൗദി അറേബ്യയാണ് ഇന്ത്യ. ശ്രദ്ധാപൂർവം ഉപയോഗപ്പെടുത്തുകയാണെങ്കിൽ ഇന്ത്യക്ക് ലോകത്തിലെ വൻശക്തിയായി മാറാം. ഖനിജ ഇന്ധനത്തിൽ നിന്നും പുതുക്കാവുന്ന ഊർജ്ജസ്രോതസ്സിലേക്കുള്ള മാറ്റത്തിനു രാഷ്ട്രീയ ഇച്ഛാശക്തിയാണ് ഇന്ത്യയിൽ ആവശ്യമായിരിക്കുന്നത്.'

അവലംബിത രേഖകൾ :

1. Solar power generation Net metering by Eastern Power Distribution company APLtd..
2) Hand book of alternate energy by Prabha Chandra Sinha
3) Geothermal Energy from Wikipedia
4) Renewable and Alternate energy resources- Reference handbook by Zachary A. Smith, Karrini D. Tylor

ഊർജ്ജപരിതസ്ഥിതി - ഒരു അവലോകനം

ഒരു രാജ്യത്തിന്റെ ഊർജ്ജനയം നിശ്ചയിക്കുന്നത് രാജ്യത്തിലെ വർദ്ധിച്ചുവരുന്ന ഊർജ്ജക്കമ്മിയും ഊർജ്ജക്കമ്മി നിറവേറ്റാൻ പുതുക്കപ്പെടുന്ന ഊർജ്ജസ്രോതസ്സുകളായ സോളാർ, വിൻഡ് എനർജി തുടങ്ങിയവയും പാരമ്പര്യേതരമായ ഊർജ്ജസ്രോതസ്സുകളായ ന്യൂക്ലീയർ ഊർജ്ജം പോലുള്ളവയും എത്രത്തോളം ഉപയോഗിക്കാമെന്നതിനെയും ആശ്രയിച്ചിരിക്കുന്നു. ന്യൂക്ലീയർ ഊർജ്ജത്തിനുള്ള കൂടിയ അപകട സാദ്ധ്യതയും റേഡിയേഷൻ കൊണ്ടു ഉണ്ടാകുന്ന പ്രശ്നങ്ങളും കാരണം കൂടുതൽ ഉപയോഗിക്കാൻ പറ്റില്ല.

2019-ൽ ഇന്ത്യയിലെ എനർജി ഉപയോഗം 2.3% വർദ്ധിച്ചു. പ്രാഥമിക ഊർജ്ജപയോഗം ഇനം തിരിച്ചു ഇങ്ങനെയാണ്. കൽക്കരി 55.88%, ക്രൂഡ് ഓയിൽ 29.55%, പ്രകൃതി വാതകം 6.17%, ഹൈഡൽ വൈദ്യുതി 3.91%, പുതുക്കപ്പെടുന്ന ഊർജ്ജം (Renewables) 3.4%.. പരമ്പരാഗതമായ ബിയോമാസ്സ് ഉപയോഗം കണക്കാക്കിയിട്ടില്ല. 2018-ൽ കൽക്കരി, പെട്രോളിയം, പ്രകൃതി വാതകം തുടങ്ങിയ ഖനീജഇന്ധനങ്ങളുടെ (Fossil fuel) ഉപഭോഗം 46.15% ആണ്. ഖനീജ ഇന്ധനങ്ങളുടെ ഉപയോഗം ഭാവിയിലും കൂടുമെന്നാണ് കാണുന്നത്. ഇതിൽ നല്ലൊരു ശതമാനവും ഇറക്കുമതി ചെയ്യുന്നു. 2030- ഓടെ ഖനീജ ഇന്ധനങ്ങളുടെ ഉപയോഗം 53%-ൽ കൂടുമെന്നാണ് കണക്കാക്കപ്പെടുന്നത്.

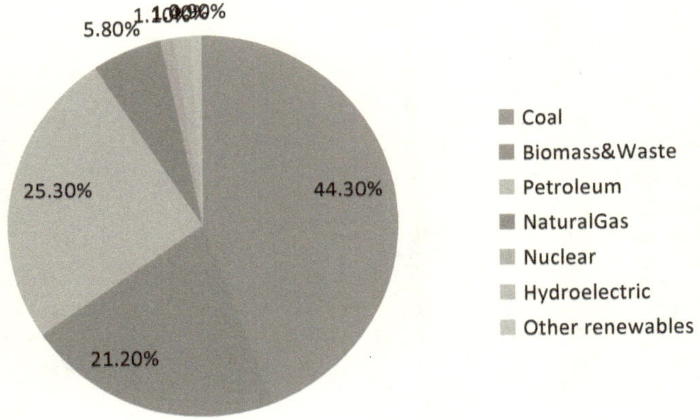

2017-18-ലെ പ്രതിശീർഷ ഉപയോഗം (പരമ്പരാഗതമായ ബയോമാസ്സ് ഒഴികെ) 24.355 ജിഗാ ജൂൾസ് ആണ്. (0.558mtoe). ത്വരിത ഗതിയിലുള്ള സാമ്പത്തിക വളർച്ച ഉണ്ടാവുകയാണെങ്കിൽ 2035-ഓടെ ഊർജ്ജ ഉപയോഗത്തിൽ ഇന്ത്യ രണ്ടാമത്തെയോ മൂന്നാമത്തെയോ സ്ഥാനത്തിൽ എത്താനുള്ള സാദ്ധ്യത ഉണ്ട്. ഇന്ത്യയിൽ ഫോസ്സിൽ ഇന്ധനനിക്ഷേപങ്ങൾ വളരെയധികം കുറവായതിനാൽ പുതുക്കപ്പെടുന്ന ഊർജ്ജത്തിലാണ് ഭാവി ഊർജ്ജ ആവശ്യത്തിനു വേണ്ടി പ്രതീക്ഷ അർപ്പിച്ചിട്ടുള്ളത്.

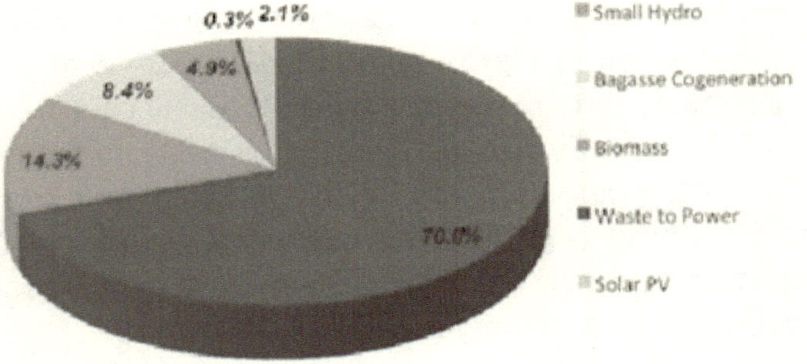

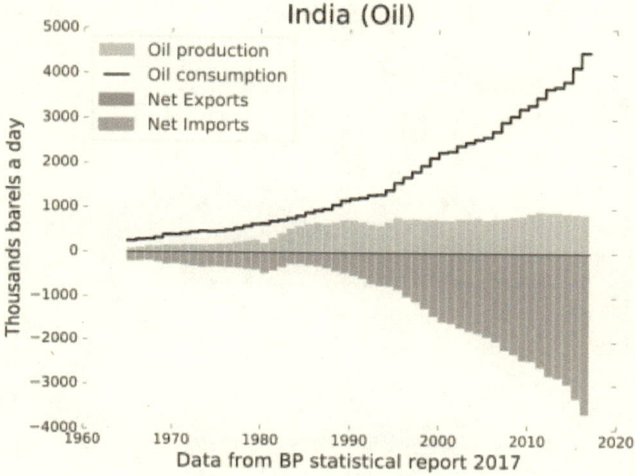

ഇപ്പോഴും സോളാറും വിൻഡ് എനർജിയും പോലുള്ള ഊർജ്ജ സ്രോതസ്സുകളുടെ ഉപയോഗം ഇന്ത്യയിൽ വളരെ കുറവാണ്. ഈ സ്ഥിതി മാറിയില്ലെങ്കിൽ 2035-ആകുമ്പോഴേക്കും ഇന്ത്യ രൂക്ഷമായ ഊർജ്ജപ്രതിസന്ധിയിൽ അകപ്പെട്ടുമെന്നുള്ളത് വാസ്തവമാണ്. വിൻഡ് എനർജി രംഗത്ത് ഇന്ത്യ നാലാമത്തെ രാജ്യമായാണ് ഇന്ത്യൻ ഊർജ്ജനയം 2017 ൽ രേഖപ്പെടുത്തിയിട്ടുള്ളതെങ്കിലും പവനോർജ്ജം (Wind energy) ഉപയോഗപ്പെടുത്തുന്നതിൽ ഇന്ത്യ വളരെ പിന്നിൽ തന്നെയാണ്. 2020 ആകുമ്പോൾ 1000,00 MW സോളാർ വൈദ്യുതി ആണ് വിഭാവനം ചെയ്യുന്നത്.

2017-ൽ സോളാർ പവർ താരീഫ് ഒരു കിലോവാട്ടിന് 2.44 രൂപ എന്ന നിലയിൽ കുറഞ്ഞിരുന്നു. ഇതു ഇനിയും കുറയാനുള്ള സാധ്യതയുണ്ട്. ഇതു മറ്റു പല വൈദ്യുതി ഉല്പാദന താരിഫുകളുമായി കുറവ് തന്നെയാണെന്ന് കാണാം. സോളാർ PV കൂടാതെ സോളാർ തെർമൽ ഉല്പാദനരീതിയും വിപുലമാക്കാനുള്ള പരിപാടി ഊർജ്ജനയത്തിൽ കാണുന്നുണ്ട്. എന്തായാലും പുതുക്കപ്പെടുന്ന ഊർജ്ജസ്രോതസ്സുകളുപയോഗിച്ചുള്ള വൈദ്യുതി ഉല്പാദനത്തിൽ ഒരു കുതിച്ചു ചാട്ടം ഉണ്ടാകേണ്ടിയിരിക്കുന്നു.

ഇന്ത്യക്ക് പുതുക്കപ്പെടുന്ന ഊർജ്ജം ഉപയോഗിക്കാനുള്ള സാദ്ധ്യത വളരെയധികം കൂടുതലാണെന്നു ചൂണ്ടിക്കാണിച്ചുവല്ലോ. സ്ഥിതി ഇങ്ങനെയാണെങ്കിലും പുതുക്കപ്പെടുന്ന ഊർജ്ജം ഉപയോഗിക്കുന്ന കാര്യത്തിൽ മെച്ചപ്പെട്ട സ്ഥിതിയിൽ എത്താൻ ഇന്ത്യക്കിനിയും കഴിഞ്ഞിട്ടില്ല

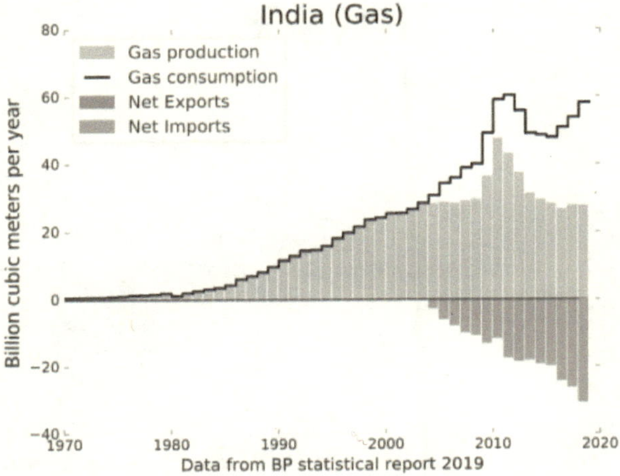

ഇത്തരത്തിലുള്ള എലക്ട്രിസിറ്റി ഗ്രിഡിലേക്കു കണക്ട് ചെയ്തു വൈദ്യുതി ഉപയോഗിക്കുന്ന കാര്യത്തിൽ വലിയ പുരോഗതി ഒന്നും ഉണ്ടായിട്ടില്ല. 2012-ലെ കണക്കു പ്രകാരം പുതുക്കപ്പെടുന്ന ഊർജ്ജ സ്രോതസ്സുകളിൽ നിന്നുള്ള വൈദ്യുതി 23 12 GW ആണ് ഗ്രിഡിലേക്കു കണക്ട് ചെയ്തു ഉപയോഗിക്കുന്നത്. അതിൽ നല്ലൊരു പങ്കു പവനോർജ്ജത്തിൽ നിന്ന് ആണ് സോളാർ വൈദ്യുതിയാവട്ടെ ഏകദേശം 1.2GW മാത്രമാണ്. “2022 ൽ സോളാറിന്റെ സ്ഥാപിതശേഷി 56GW ൽ എത്തി എന്നുള്ളത് ശുഭോദർക്കമാണ്, മറ്റു പല രാജ്യങ്ങളുമായി താരതമ്യം ചെയ്യുമ്പോൾ വളരെ പിന്നിലാണെങ്കിലും. സോളാർ വൈദ്യുതി കൂടുതലായും ഗ്രിഡിൽ കണക്ട് ചെയ്യാതെ സ്വതന്ത്രമായാണ് പ്രവർത്തിക്കുന്നത്. ഗ്രിഡിൽ കണക്ട് ചെയ്യുന്ന പുതുക്കപ്പെടുന്ന ഊർജ്ജ സ്രോത സ്സുകളുടെ ശതമാനക്കണക്ക് താഴെ കാണിക്കുന്നു. പവനോർജ്ജം 70%, ചെറുകിട ഹൈഡ്രോഇലക്ട്രിക് 14.2%, ബയോഗ്യാസ് കോ - ജനറേഷൻ 8.4%, ബിയോമാസ്സ് 4.9%, വേസ്റ്റ് 0.3%, സോളാർ 2.1% എന്നിങ്ങനെയാണ്.

ഊർജ്ജസ്ഥിതി

ഒരു രാജ്യത്തിന്റെ ഊർജ്ജനയം നിശ്ചയിക്കുന്നത് രാജ്യത്തിലെ വർദ്ധിച്ചു വരുന്ന ഊർജ്ജക്കമ്മിയും ഊർജ്ജക്കമ്മി നിറവേറ്റാൻ പാരമ്പര്യേതരമായ ഊർജ്ജസ്രോതസ്സുകളായ സോളാർ, വിൻഡ് എനർജി തുടങ്ങിയ ഊർജ്ജസ്രോതസ്സുകളും ന്യൂക്ലീയർ എനെർജിയും എത്രത്തോളം ഉപയോഗിക്കുമെന്നതിനെയും ആശ്രയിച്ചാണ്. ന്യൂക്ലീയർ

ഊർജ്ജത്തിന് അപകടസാദ്ധ്യതയും റേഡിയേഷൻ കൊണ്ടുണ്ടാകുന്ന പ്രശ്നങ്ങളും കാരണം കൂടുതൽ ഉപയോഗിക്കുവാൻ പറ്റുന്നില്ല.

2019-ൽ ഇന്ത്യയിലെ എനർജി ഉപയോഗം 2.3% വർദ്ധിച്ചു.പ്രാഥമിക ഊർജ്ജസ്രോതസ്സുകളുടെ ഉപയോഗം വേർതിരിച്ചു ഇങ്ങനെയാണ്. കൽക്കരി 55.88%, ക്രൂഡ് ഓയിൽ 29.55%, പ്രകൃതി വാതകം 6.17%, ഹൈഡൽ വൈദ്യുതി 3.91%, പുതുക്കപ്പെടുന്ന ഊർജ്ജശ്രോതസ്സ് 3.4%. പരമ്പരാഗതമായ ബയോമാസ്സ് ഉപയോഗം കണക്കാക്കിയിട്ടില്ല.

2018-ൽ പ്രാഥമികമായ ഊർജ്ജ ആവശ്യത്തിന്റെ 46.15% ശതമാനം ഖനീജ ഇന്ധനമാണ്. കൽക്കരി, ക്രൂഡ് തുടങ്ങിയ ഖനീജ ഇന്ധനങ്ങളുടെ ഉപയോഗം ഭാവിയിലും കൂടുതലാകാണാനാണ് സാദ്ധ്യത. ഇതിൽ നല്ലൊരു ശതമാനം ഇറക്കുമതി ചെയ്യുന്നു. 2030-ഓടെ ഖനീജ ഇന്ധനങ്ങളുടെ ഉപയോഗം 55% ൽ കൂടുമെന്നാണ് കണക്കാക്കുന്നത്.

2017-18 ലെ പ്രതിശീർഷ ഊർജ്ജ ഉപയോഗം (പരമ്പരാഗതമായ ബിയോമാസ്സ് ഒഴികെ) 23.355 G.Joules (0.558mtoe) ആണ്. ത്വരിതഗതിയിലുള്ള സാമ്പത്തിക വളർച്ചയും വികസനവും ഭാവിയിലും കൂടുതലാവാനാണ് സാദ്ധ്യത.

2017-ൽ സോളാർ പവർ താരീഫ് ഒരു കിലോവാട്ടിന് 2.44 രൂപ എന്ന നിലയിൽ കുറഞ്ഞിരുന്നു. ഇതു ഇനിയും കുറയാൻ സാദ്ധ്യതയുണ്ട്. സോളാർ PV കൂടാതെ സോളാർ തെർമൽ ഉല്പാദനരീതിയും വിപുലമാക്കാനുള്ള പരിപാടികളും ഊർജ്ജനയത്തിൽ കാണുന്നുണ്ട്.

എന്തായാലും പുതുക്കപ്പെട്ടുന്ന ഊർജ്ജസ്രോതസ്സുകളുപയോഗിച്ചുള്ള വൈദ്യുതി ഉല്പാദനത്തിൽ ഒരു കുതിച്ചുചാട്ടം ഉണ്ടാകേണ്ടിയിരിക്കുന്നു.

കൽക്കരിയെ പൈറോലിസിസ് ചെയ്തു പെല്ലെറ്റുകളാക്കി ഉപയോഗിക്കാൻ പദ്ധതി ഉണ്ട്. അതുപോലെ കാർഷിക അവശിഷ്ടങ്ങളെയും മറ്റു ബയോമാസ്സുകളെയും പെല്ലെറ്റുകളാക്കി മാറ്റിയെടുത്തു ഇന്ധനമാക്കി ബോയ്ലറുകളിലും മറ്റും അന്തരീക്ഷമലിനീകരണം കുറഞ്ഞ വിധത്തിൽ ഉപയോഗിക്കുവാൻ പറ്റും.

മറ്റൊരു പ്രധാനപ്പെട്ട നടപടി ബയോഡീസലും ബയോപെട്രോളും ഉണ്ടാക്കുന്നതിനുള്ള പരിപാടികളാണ്.

2011-ലെ കണക്കുപ്രകാരം ബയോ ഫ്യൂവൽ ആഗോളതലത്തിൽ ഗതാഗത ഇന്ധനത്തിന്റെ 3% ഓളം വരും.

ന്യൂക്ലീയർ ഊർജ്ജം

ഇന്ത്യൻ ഊർജ്ജരംഗത്തു കപ്പാസിറ്റിയെ അടിസ്ഥാനമാക്കി ലോകത്തു 9-ആം സ്ഥാനമാണ്. 2020- കഴിയുമ്പോഴേക്കും 20 GWകപ്പാസിറ്റി സ്ഥാപിതമാവുമെന്നാണ് പ്രതീക്ഷിച്ചിരുന്നത്. വികസിത രാജ്യങ്ങളിൽ പലതും ന്യൂക്ലീയർ ഊർജ്ജരംഗത്തു നിന്ന് പിന്തിരിഞ്ഞുകൊണ്ടിരിക്കുകയാണ്. ന്യൂക്ലീയർ നിരായുധീകരണ കരാറിൽ ഒപ്പിടാത്തതും യുറേനിയം നിക്ഷേപങ്ങൾ ഇന്ത്യയിൽ ഇല്ലാത്തതും ഈ രംഗത്തുള്ള വികസനത്തെ പ്രതികൂലമായി ബാധിക്കുന്നുണ്ട്. സംപുഷ്ട യുറേനിയം വിദേശ രാജ്യങ്ങളിൽ നിന്നു ലഭിക്കാത്തതുകൊണ്ടു തോറിയം ഉപയോഗിച്ചു ഘനജലത്തെ ആസ്പദിച്ചുള്ള റിയാക്ടറുകൾ ഇന്ത്യ വികസിപ്പിച്ചെടുക്കാൻ ശ്രമിക്കുന്നുണ്ട്. തോറിയം നിക്ഷേപങ്ങൾ ഇന്ത്യയിൽ ധാരാളം ഉണ്ട്.

സോളാർ

സോളാർ PV യിലും സോളാർ തെർമലിലുമായി വൻ വികസന പദ്ധതികളാണ് എനർജി നയത്തിൽ വിഭാവനം ചെയ്യുന്നത്. ആസൂത്രണത്തിന് അനുസരിച്ചു പദ്ധതികൾ നടപ്പാകുന്നില്ലെന്നത് വാസ്തവമാണ്. വിശാലമായി ലഭ്യമായ സ്ഥലങ്ങളിൽ സോളാർ പാനലുകൾ സ്ഥാപിച്ചു കൊണ്ടു വൻകിട പദ്ധതികൾ നടപ്പാക്കാൻ പറ്റുമെന്നു ഊർജ്ജനയത്തിൽ വ്യക്തമാക്കുന്നുണ്ട്. അതു പോലെത്തന്നെ സോളാർ തെർമൽ പദ്ധതികൾ വ്യാപകമാക്കുന്നതിനെക്കുറിച്ചും. (ആന്ധ്രയിലാണ് കൂടുതൽ സോളാർ തെർമൽ പദ്ധതികൾ കൂടുതലും ഉള്ളത്) തടാകങ്ങളുടെയും

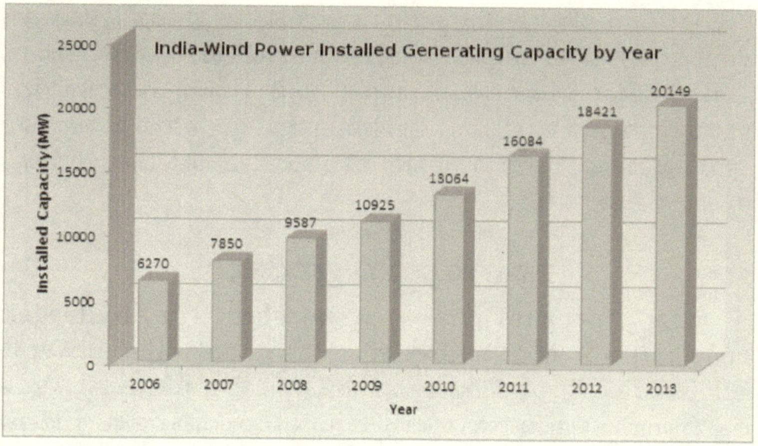

കനാലുകളുടെയും മുകളിൽ സോളാർ പാനലുകൾ സ്ഥാപിച്ച സോളാർ പദ്ധതികൾ മുന്നോട്ട് പോകേണ്ടതുണ്ട്.

സാങ്കേതിക വിദ്യ വളരുന്നതോടെ സോളാർ പദ്ധതികളുടെ ഉത്പാദനച്ചെലവ് കുറഞ്ഞു വരുന്നുണ്ട്

പവനോർജ്ജം (Wind Power)

ഇന്ത്യയിൽ പവനോർജ്ജത്തിന്റെ കപ്പാസിറ്റി 32, 848MWആണെന്നാണ് കണക്കാക്കപ്പെടുന്നത്. ഇതു ഇന്ത്യയിലെ മൊത്തം വൈദ്യുതി സ്ഥാപിത കപ്പാസിറ്റിയുടെ 10% ഓളം വരും. ഇതിന്റെ ഉല്പാദനം കുറഞ്ഞ തോതിലെങ്കിലും കാലാവസ്ഥയെ ആശ്രയിച്ചിരിക്കുന്നു. ഇന്ത്യയിൽ വിൻഡ് പവറിനു ധാരാളം സാദ്ധ്യതകളുണ്ട്.

ആഗോളതലത്തിൽ പനോർജ്ജത്തിന്റെ സ്ഥാപിതശേഷി വർഷംതോറും 20% വർദ്ധിക്കുന്നുണ്ട്. 2011ലെ ആഗോളതലത്തിലെ സ്ഥാപിതശേഷി 238,000 MW ആണ്. ഇതു യൂറോപ്പ്, ഏഷ്യ, USA എന്നിവിടങ്ങളിൽ വ്യാപകമായി ഉപയോഗിക്കുന്നു. ഡെന്മാർക്കിൽ ഇലക്ട്രിസിറ്റി സ്ഥാപിതശേഷിയുടെ 21% ശതമാനവും പോർച്ചുഗലിൽ 18%ഉം സ്പെയിനിൽ 16%ഉം അയർലണ്ടിൽ 14%ഉം ജർമനിയിൽ 9%ഉം പവനോർജ്ജനത്തെ അടിസ്ഥാനമാക്കിയ വൈദ്യുതിയാണ്

ജലവൈദ്യുതി

ഇന്ത്യയിലെ ജലവൈദ്യുത പദ്ധതികളുടെ കപ്പാസിറ്റി 125, 570 MW ആണ്. ഇന്ത്യക്ക് ജലവൈദ്യുത പദ്ധതികളിൽ ലോകത്തിൽ നാലാം

സ്ഥാനമാണ്. വൻകിടജലവൈദ്യുതി പദ്ധതികളും ഇടത്തരം ജലവൈദ്യുതി പദ്ധതികളും ജൈവ ആവാസവ്യവസ്ഥക്കും പരിസ്ഥിതിക്കും കനത്ത ആഘാതം ഉണ്ടാകുമെന്നതിനാൽ പുതിയ പദ്ധതികൾക്ക് സാദ്ധ്യത വളരെ കുറവാണ്. എങ്കിൽക്കൂടിയും ഇപ്പറഞ്ഞ ദോഷങ്ങൾ ഒന്നും കൂടാതെ തന്നെ മിനി ജല വൈദ്യുതപദ്ധതികൾക്ക് ധാരാളം സാദ്ധ്യതകൾ ഉണ്ട്.

ഹൈഡ്രജൻ ഊർജ്ജം

ഇന്ത്യ 'International partnership for hydrogen eonomy(IPHE) യിൽ അംഗമാണ്. ഇന്ത്യ കൂടാതെ പ്രധാനപ്പെട്ട 19 രാജ്യങ്ങൾ കൂടി ഈ സഹകരണത്തിൽ ഉണ്ട്. ഈ സഹകരണം മൂലം ചെറിയ തോതിലാണെങ്കിലും ഹൈഡ്രജൻ വാതകം ഒരു ഊർജ്ജ സ്രോതസ്സായി ഉപയോഗിക്കാൻ പ്രോത്സാഹനം ലഭിക്കുന്നു.

ഫ്യുവൽ സെല്ലിന്റെ പ്രവർത്തനം ഇതിനു നല്ലൊരു ഉദാഹരണമാണ്. വാഹനങ്ങൾ ഫ്യൂവൽ സെൽ ഉപയോഗിച്ചുണ്ടാക്കുന്ന ഹൈഡ്രജൻ ഉപയോഗിച്ച് പ്രവർത്തിക്കുന്നുകയാണെങ്കിൽ യാതൊരു വിധത്തിലുള്ള അന്തരീക്ഷമലിനീകരണം ഉണ്ടാവുകയില്ല.

ഹൈഡ്രജൻ നൂറു ശതമാനവും ഒരു കാർബൺ ന്യൂട്രൽ (Neutral) ഇന്ധനമാണ്. അതായത് ഹൈഡ്രജൻ ഇന്ധനമാക്കുമ്പോൾ അന്തരീക്ഷത്തിനു ദോഷകരമായ കാർബൺ എമ്മിഷൻ (Emission) ഉണ്ടാകുന്നില്ല. മീഥേനിൽ (Methane) നിന്ന് എലക്ട്രിസിറ്റി ഉപയോഗിച്ച് യാതൊരു ഗ്രീൻ ഹൌസ് എമിഷൻ കൂടാതെ തന്നെ ഹൈഡ്രജൻ വേർതിരിച്ചെടുക്കുന്ന രീതികൾ ഇന്നു ലഭ്യമാണ്. ഭാവിയിൽ ഹൈഡ്രജൻ ഫ്യൂവൽ ഉപയോഗിക്കുകയാണെങ്കിൽ നല്ലൊരു പരിധി വരെ അന്തരീക്ഷമലിനീകരണം ഒഴിവാക്കാൻ പറ്റും.

ഊർജ്ജ കച്ചവടം അയൽരാജ്യങ്ങളുമായി

ഇന്ത്യയിലെ ഊർജ്ജ ചെലവവ് വികസിത രാജ്യങ്ങളുടേതിൽ നിന്നും കുറവാണെകിൽ കൂടിയും ആളോഹരി ഊർജ്ജ ഉപയോഗം വികസിത രാജ്യങ്ങളുടേതിൽ നിന്നും വളരെ കുറവാണ് ഇന്ത്യ ഉല്പാദിപ്പിക്കുന്ന അധിക വൈദ്യുതി ബംഗ്ലാദേശ്, നേപ്പാൾ എന്നീ രാജ്യങ്ങളിലേക്ക് കയറ്റി അയക്കുന്നുണ്ട്.

പാക്കിസ്ഥാൻ, മയന്മാർ, ബംഗ്ലാദേശ് എന്നീ രാജ്യങ്ങളിൽ നല്ല രീതിയിലുള്ള പ്രകൃതിവാതക ശേഖരമുണ്ട്. ഇവിടങ്ങളിൽ നിന്നെല്ലാം പ്രകൃതി വാതകം ഇറക്കുമതി ചെയ്യാനും പകരമായി ഇന്ത്യയിൽ

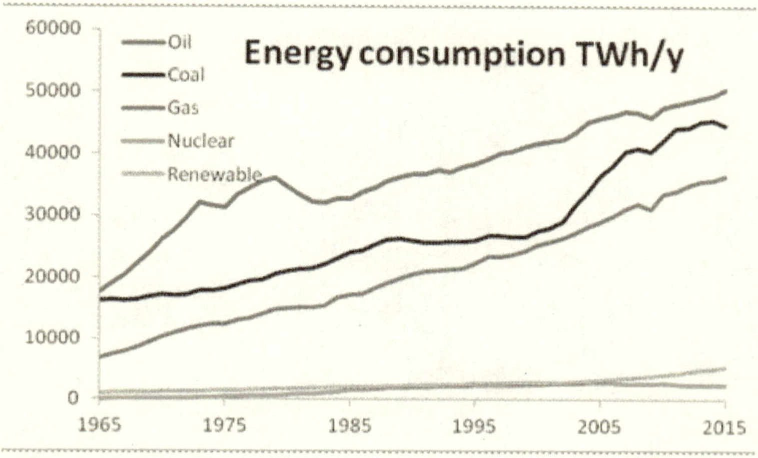

WordEnergyconsumption

ഉല്പാദിപ്പിക്കുന്ന അധികവൈദ്യുതി ഈ രാജ്യങ്ങളിലേക്ക് കയറ്റി അയക്കാനുള്ള പരിപാടികൾ ഉണ്ടായാൽ നന്നായിരിക്കും

ലോകഊർജ്ജസ്ഥിതി

ലോകഊർജ്ജഉപയോഗം എന്നതു ലോകത്തു ആകെമൊത്തം എല്ലാ വിധത്തിലുള്ള ഊർജ്ജസ്രോതസ്സുകളിലൂടെയും മനുഷ്യരാശി ഒരു വർഷത്തേക്ക് ഉപയോഗിക്കുന്ന ഊർജ്ജത്തെ അടിസ്ഥാനമാക്കിയാണ്. വ്യവസായത്തിനും ഗതാഗതത്തിനും അടക്കം എല്ലാ വിധത്തിലുള്ള ഊർജ്ജഉപയോഗവും ഇതിൽ പെട്ടും.

International Energy Agency (IEA), US Energy information administrarion (EIA), European Environment Agency (EEA) എന്നീ സ്ഥാപനങ്ങൾ ഇടവിട്ട സമയങ്ങളിൽ ഊർജ്ജഉപയോഗത്തെ സംബന്ധിച്ച് റിപ്പോർട്ടുകൾ തയ്യാറാക്കി പ്രസിദ്ധീകരിക്കുന്നുണ്ട്. ലോക ഊർജ്ജഉപയോഗത്തെക്കുറിച്ചുള്ള റിപ്പോർട്ടുകൾ, ഊർജ്ജമുപയോഗത്തിലെ പ്രവണതയും മാതൃകയും (Trend) മനസ്സിലാക്കാൻ സഹായിക്കുന്നു.

ഊർജ്ജഉപയോഗത്തെപ്പറ്റി പറയുമ്പോൾ Total primary energy supply (TPES) എന്ന ആശയം കൂടിയുണ്ട്

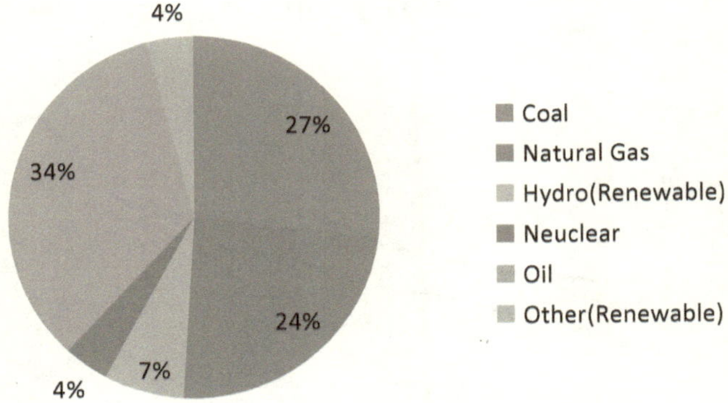

മൊത്തം എനർജി ഉല്പാദനത്തിൽ നിന്ന് ശേഖരത്തിലുള്ള (Storage) മാറ്റം കുറക്കുമ്പോഴാണ് TPES ലഭിക്കുന്നത്. ശേഖരണത്തിൽ മാറ്റമൊന്നുമില്ലെങ്കിൽ TPES നെ ഊർജ്ജഉപയോഗമായി കണക്കാക്കാം IEA കണക്കുകൂട്ടൽ പ്രകാരം 2013 കാലഘട്ടത്തിലെ പ്രാഥമിക ഊർജ്ജം 157.5 പെട്ടോ watt hours അഥവാ 157.5 thousand Twh ആയിരിന്നു. ഏകദേശം 18 TW-Year. 2000-2012 കാലഘട്ടത്തിൽ ഓയിലിന്റെയും പ്രകൃതി വാതകത്തിന്റെയും ഉപഭോഗത്തിൽ കൂടിയ തോതിലുള്ള വളർച്ച ഉണ്ടായിരുന്നു. ഇതിനു പുറകെ പതുക്കപ്പെട്ടുന്ന ഊർജ്ജഉപഭോഗത്തിലും (Renewable) നല്ല തോതിലുള്ള വളർച്ചയുണ്ടായി. ഇതേ കാലഘ

Word Energy Demand and Forecast

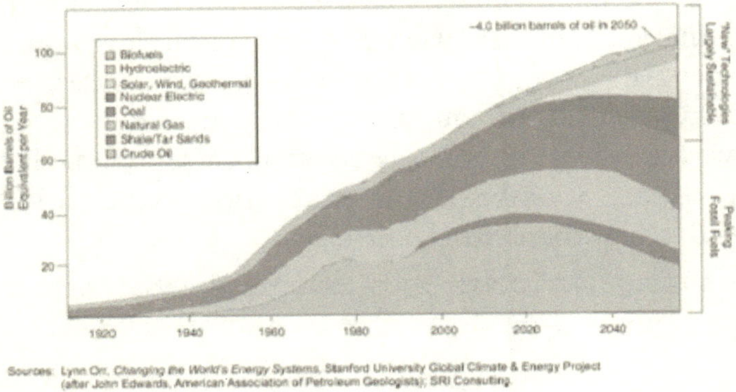

Sources: Lynn Orr, *Changing the World's Energy Systems*, Stanford University Global Climate & Energy Project (after John Edwards, American Association of Petroleum Geologists); SRI Consulting.

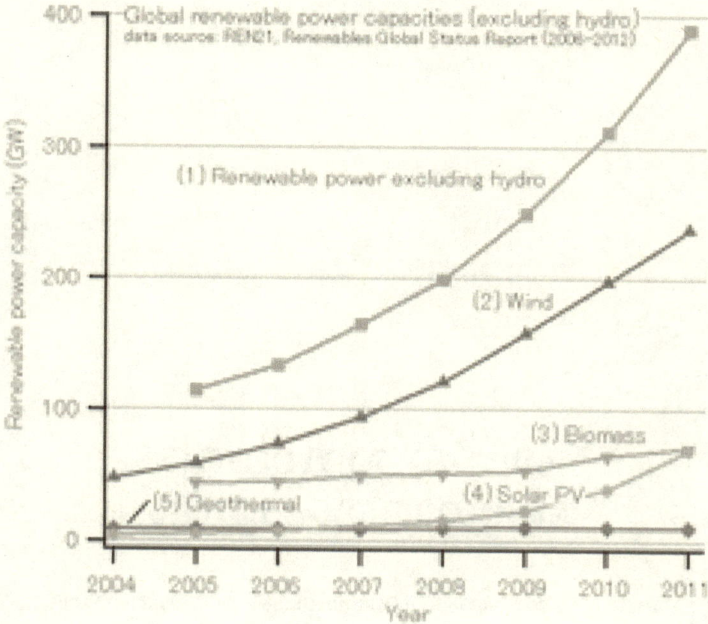

ട്ടത്തിൽ ന്യൂക്ലീയർ ഊർജ്ജത്തിനുള്ള ആവശ്യം കുറഞ്ഞു വരികയാണ് ഉണ്ടായത്. ത്രീ മെയിൽ ഐലൻഡ് (1979), ചെർണോബിൽ (1986), ഫുക്കുഷിമ (2011) എന്നീ സ്ഥലങ്ങളിലെ ന്യൂക്ലീയർ ദുരന്തങ്ങളുടെ പശ്ചാത്തലത്തിലായിരിക്കണം ഇങ്ങനെ സംഭവിച്ചത്.

2015-2017 കാലഘട്ടത്തിൽ കൽക്കരി ഉപയോഗം കുറയുകയും പുതുക്കപ്പെടുന്ന ഊർജ്ജത്തിന്റെ (Renewable energy) ഉപയോഗം കൂടുകയും ചെയ്തു. കൽക്കരി ഉപയോഗം 29% ത്തിൽ നിന്ന് 27% ശതമാനമായി കുറഞ്ഞു. ഇതേ കാലയിളവിൽ ജലശക്തിയൊഴികെയുള്ള പതുക്കപ്പെടുന്ന ഊർജ്ജ (Renewable) ഉപയോഗം 2% ൽ നിന്ന് 4% ലേക്ക് ഉയർന്നു.

ഖനീജ ഇന്ധനവും ആഗോളതാപനവും

ദിവസേനയെന്നോണം വളരെയധികം കൽക്കരി വ്യവസായ ആവശ്യങ്ങൾക്കായി ഉപയോഗിക്കുന്നു. അതുപോലെ വ്യവസായങ്ങൾക്കും വാഹനങ്ങൾക്കുമായി വളരെയധികം പെട്രോളിയം ഇന്ധനങ്ങളും പ്രകൃതിവാതകവും ഉപയോഗിക്കുന്നു. ഇന്നത്തെ രീതിയിൽ ഖനീജ ഇന്ധനങ്ങളുടെ ഉപയോഗം തുടർന്നാൽ ഒരു നൂറ്റാണ്ടിനിടെ പെട്രോളിയത്തിന്റെ ശേഖരം തീർന്നു പോകാൻ സാദ്ധ്യത ഉണ്ട്. അതു മാത്രമല്ല ഖനീജ ഇന്ധനങ്ങൾ കൂടുതലായി ഉപയോഗിക്കുന്നതിലൂടെ ഉത്സർജ്ജനം ചെയ്യപ്പെടുന്ന കാർബൺ ഡൈ ഓക്സയിഡ് കാരണം അന്തരീക്ഷത്തിലെ കാർബൺ ഡൈ ഓക്സയിഡ് ശതമാനം കൂടുകയും തന്മൂലം അന്തരീക്ഷതാപം കൂടാൻ കാരണമാകുകയും ചെയ്യുന്നു.

ഭൂമിയുടെ ഉപരിതലത്തിലെയും സമുദ്രത്തിലെയും ഊഷ്മാവ് ലോകമൊട്ടാകെയും വർദ്ധിക്കുന്ന പ്രതിഭാസത്തെയാണ് ഗ്ലോബൽ വാർമിംഗ് അഥവാ ആഗോളതാപനം എന്നു പറയുന്നത്. 1850ൽ ആരംഭിച്ച വ്യവസായ വിപ്ലവകാലഘട്ടത്തിൽ നിന്ന് ആഗോളതാപനം ഇന്ന് 1 ഡിഗ്രി C കൂടിയിരിക്കുന്നു. ചില സ്ഥലങ്ങളിൽ ഇതിൽ നിന്ന് കൂടുതലോ മറ്റു സ്ഥലങ്ങളിൽ കുറവോ ആകാം. 2100 ആകുമ്പോഴേക്കും ഊഷ്മാവ് വർദ്ധന 1.5 degree C തൊട്ട് 5 ഡിഗ്രി C വരെ ആകാമെന്ന് ശാസ്ത്രജ്ഞർ വിലയിരുത്തുന്നു. ആഗോളതാപനത്തിന്റ ഫലമായി ഉണ്ടാകാവുന്ന ഏറ്റവും പ്രധാനപ്പെട്ട സംഭവങ്ങൾ സമുദ്രനിരപ്പ് ഉയരു

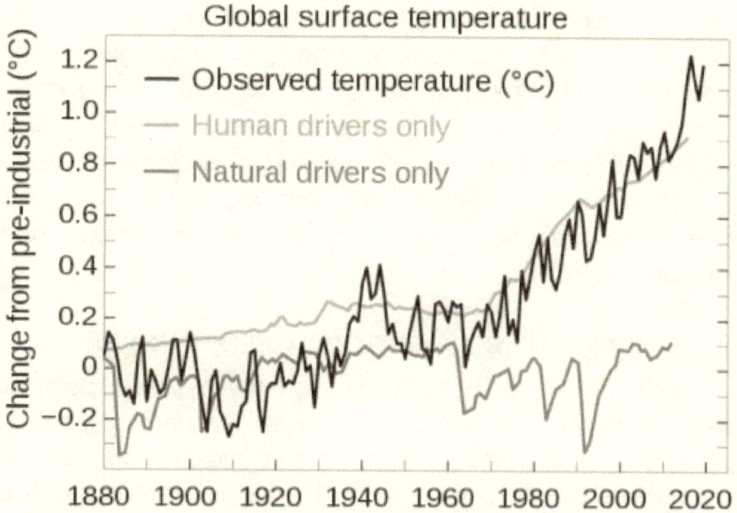

ന്നതും കാലാവസ്ഥ വ്യതിയാനവുമാണ്. ലോകത്തെങ്ങുമുള്ള ഐസ് cap പ്രത്യേകിച്ച് ആർട്ടിക്കിലും അന്റാർട്ടിക്കിലുമുള്ള ഐസ് ഉരുകുകയും ലോകത്തിലെ പല താണ സ്ഥലങ്ങളും മുങ്ങിപ്പോകുന്ന സ്ഥിതി ഉണ്ടാവുകയും ചെയ്യും.

ഹരിതഗൃഹ വാതകങ്ങളിൽ (Green house gases) ഒന്നായ കാർബൺ ഡൈ ഓക്സയിഡ് അന്തരീക്ഷത്തിൽ വർദ്ധിക്കുന്നതാണ് ആഗോളതാപനത്തിന്റെ പ്രധാന കാരണം. ആഗോളതാപനത്തെപ്പറ്റി സാവന്റെ അർഹെനെസ് നൂറു വർഷങ്ങൾക്കു മുൻപും ജോസഫ് ഫ്യൂരിയൻ 200 വർഷങ്ങൾക്കു മുമ്പും ചൂണ്ടികാണിച്ചിരുന്നു. ജനങ്ങൾ ഫോസ്സിൽ ഇന്ധനങ്ങൾ കത്തിക്കുമ്പോഴും വ്യവസായ ആവശ്യത്തിനു വേണ്ടിയും വാഹനങ്ങൾ ഓടിക്കാനും പെട്രോളിയം ഇന്ധനങ്ങളും പ്രകൃതിവാതകവും ധാരാളമായി ഉപയോഗിക്കുന്നതുകൊണ്ടും അന്തരീക്ഷ മലിനീകരണം കൂടുന്നു. കാർബൺ ഡൈ ഓക്സയിഡ് ആഗിരണം ചെയ്യുന്ന വൃക്ഷങ്ങളുടെയും വനങ്ങളുടെയും നശീകരണവും അന്തരീക്ഷത്തിൽ കാർബൺ ഡൈ ഓക്സയിഡ് വർദ്ധിക്കുന്നതിൽ കാരണമാണ്.

ഖനീജ ഇന്ധനങ്ങളുടെ ഉപയോഗം മൂലം കാർബൺ ഡൈ ഓക്സയിഡ് അടക്കം വിവിധങ്ങളായ വാതകങ്ങൾ ഉത്സർജ്ജിക്കുന്നതു അന്തരീക്ഷമലിനീകരണം വളരെയധികം കൂട്ടുന്നുണ്ട്.

ഭൂമിയുടെ അന്തരീക്ഷത്തിൽ കാർബൺ ഡൈ ഓക്സയിഡ് വർദ്ധിക്കുന്നത് കൊണ്ടു ഉണ്ടാകുന്ന ആഗോളതാപനത്തിന്റെ ഫലമായി സമുദ്രനിരപ്പ് ഉയരുമെന്ന് പറഞ്ഞുവല്ലോ. സമുദ്രജലത്തിന്റെ ഊഷ്മാവ് വർദ്ധിക്കുന്നതും ജലവ്യാപ്തം കൂട്ടാനും അതു വഴി സമുദ്രനിരപ്പ വർദ്ധിക്കാനും ഇടയാക്കും. ചൂട് കൂടുന്നത് മരുഭൂമിയുടെ വിസ്തീർണ്ണം വർദ്ധിക്കാനിടയുണ്ട്. ഊഷ്മാവ് വർദ്ധിക്കുന്നത് കാറ്റുകളുടെ പ്രവാഹം കൂട്ടും. ഇതെല്ലാം കാലാവസ്ഥ വ്യതിയാനത്തിന് ഇടയാക്കുന്നു. ഇത്തരം മാറ്റങ്ങൾ ഓരോ മേഖലകളെയും സ്വാധീനിക്കുന്നത് വ്യത്യസ്ഥമായ വിധത്തിലായിരിക്കും.

ആഗോളതാപനവും സമുദ്രനിരപ്പും

ആഗോളതാപനം (Global warming) വളരെ കൂടുകയാണെങ്കിൽ അന്റാർട്ടിക്കിലും ഗ്രീൻലാൻഡ് /ആർട്ടിക്കിലും ഉള്ള ഐസ് പാളികൾ ഉരുകാൻ സാദ്ധ്യതയുണ്ട്. ആഗോളതാപനത്തിന്റെയും കാലാവസ്ഥവ്യതിയാനത്തിന്റെയും ഫലമായി ഊഷ്മാവ് വർദ്ധിക്കുമ്പോൾ (ഏകദേശം 4 ഡിഗ്രി C) സമുദ്രനിരപ്പ 6 മീറ്റർ (20 ft) ഉയരാൻ സാദ്ധ്യതയുണ്ടെന്നാണ് കണക്കാക്കപ്പെടുന്നത്. ഇതിന്റെ ഫലമായി മാലിദീപ്, ബംഗ്ലാദേശ്, ന്യൂസ്ലാൻഡിനു സമീപമുള്ള ദീപുകൾ (തുവാലു പോലെ), നെതെർലാൻഡ് എന്നിവിടങ്ങളിലെ പല പ്രദേശങ്ങളും വെള്ളത്തിലാകും. കേരളത്തിലടക്കം തീരപ്രദേശങ്ങളും കായൽ പ്രദേശങ്ങളും ആഗോളതാപനത്തിന്റെ തിക്ത ഫലങ്ങൾ അനുഭവിക്കേണ്ടി വരും. ലോകത്തിലെ പല പ്രധാനപ്പെട്ട നഗരങ്ങളും തുറമുഖങ്ങളും നിരന്തര ഭീഷണിയിലാകുമെന്നും വാസ്തവമാണ്.

ഹരിത ഗൃഹ പ്രതിഭാസം (Green house effect)

പല ഗ്യാസുകൾ അന്തരീക്ഷത്തിൽ ഉള്ളതുകൊണ്ടാണ് അന്തരീക്ഷ താപനില നിലനിർത്തപ്പെടുന്നത്. ഇത്തരം വാതകങ്ങളെ ഹരിത ഗൃഹവാതകങ്ങൾ എന്നും ഈ പ്രതിഭാസത്തെ ഹരിത ഗൃഹ പ്രഭാവം എന്നും പറയുന്നു.

കാർബൺ ഡൈ ഓക്സയിഡ് (CO2), മീതൈൻ (CH4), നൈട്രസ് ഓക്സയിഡ് (N2O), ക്ലോറോ ഫ്ലൂറോ കാർബണുകൾ (CCl2F2, CHClF2) പെർ ഫ്ലൂറോ മീതൈൻ (CF4), സൾഫർ ഹെക്സാ ഫ്ലൂറൈഡ് (SF6) എന്നിവയാണ് ഹരിത ഗൃഹവാതകങ്ങൾ. ജലബാഷ്പം, എയ്റോസോളുകൾ (Aerosoles) എന്നിവയും ഹരിത ഗൃഹ പ്രഭാവത്തിനു കാരണമാകുന്നു.

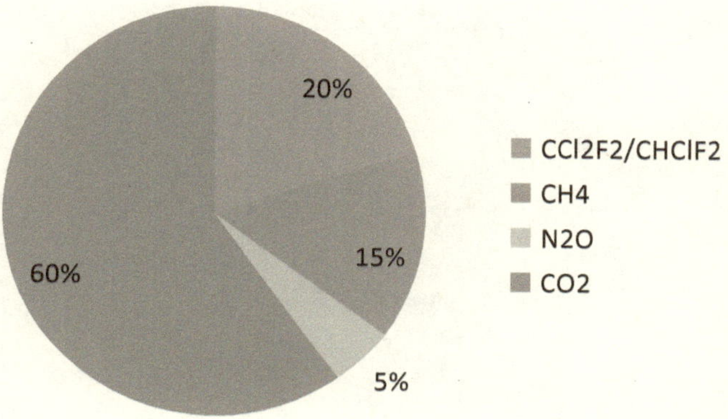

മറ്റുള്ള ഹരിത ഗൃഹവാതകങ്ങളെ അപേക്ഷിച്ച കാർബൺ ഡൈ ഓക്സയിഡിന്റെ അളവ് വളരെ കൂടുതലാകയാൽ 60% ആഗോള താപനത്തിനു CO2 തന്നെയാണ് കാരണം

ഹരിത ഗൃഹ പ്രഭാവം എന്നതു ഭൂമിയിൽ ഉണ്ടാകുന്ന സ്വാഭാവിക മായ പ്രതിഭാസമാണ്. ഹരിത ഗൃഹ പ്രഭാവം ഇല്ലായിരുന്നുവെങ്കിൽ അന്തരീക്ഷ ഊഷ്മാവ് വളരെകുറഞ്ഞു -17, -18 ഡിഗ്രി ഇ ആകുമായിരുന്നു. ഹരിത ഗൃഹപ്രഭാവം ഇല്ലായിരുന്നുവെങ്കിൽ ഭൂമിയിൽ മനുഷ്യവാസം സാദ്ധ്യമല്ലാത്ത സ്ഥിതിവരുമായിരുന്നു.

ഹരിത ഗൃഹവാതകങ്ങളുടെ അളവ് ക്രമാതീതമായി കൂടുന്നത് വളരെ അപകടകരമാണ്. ഇത്തരം വാതകങ്ങളുടെ കൂടിയ അളവ് തന്നെയാണ് ആഗോളതാപനവും കാലാവസ്ഥാവ്യതിയാനവും ഉണ്ടാക്കുന്നത്. വ്യവസായ വിപ്ലവത്തിന്റെ കാലഘട്ടത്തിൽ 260 ppm ഉണ്ടായിരുന്ന CO2 വിന്റെ അളവ് 400 ppm വരെ എത്തിയിരിക്കുകയാണ്.

ശാസ്ത്രജ്ഞരുടെ അഭിപ്രായപ്രകാരം CO2 വിന്റെ അളവ്360 ppmൽ കൂടുതൽ ആകാൻ പാടില്ല എന്നാണ്. കൂടിയ CO2 വിന്റെ അളവ് ജീവജാ ലങ്ങൾക്ക് പല പ്രശ്നങ്ങളുണ്ടാക്കുമെന്നു അവർ ചൂണ്ടിക്കാണിക്കുന്നു.

വർദ്ധിച്ച വരുന്ന കാർബൺ ഡൈ ഓക്സയിഡിന്റെ കാരണം ഖനീജ ഇന്ധനങ്ങളുടെ ഉപയോഗം വർദ്ധിച്ച വരുന്നു എന്നതു തന്നെയാണ്. ആഗോളതാപനം കുറയ്ക്കാൻ ഖനീജ ഇന്ധനങ്ങളുടെ ഉപയോഗം കുറച്ചു കൊണ്ടു വരേണ്ടതാണ്.

ഹരിത ഗൃഹ പ്രതിഭാസത്തെപ്പറ്റി ആദ്യമായി ചൂണ്ടിക്കാണിച്ചതു 1824ൽ ജോസഫ് ഫൂരിയർ ആണ്

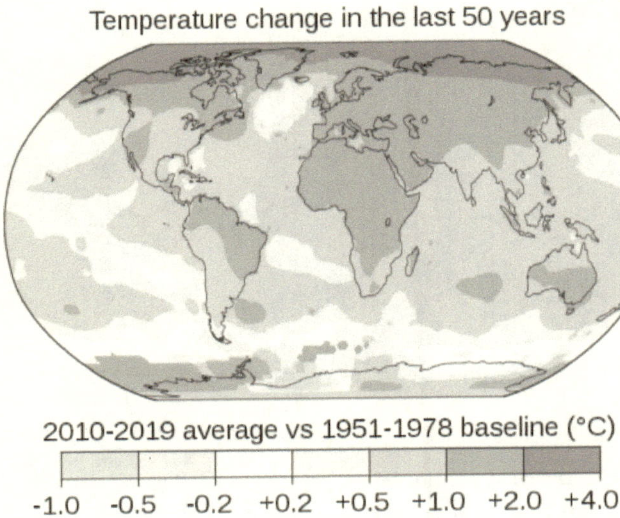

ആഗോളതാപനം കൂടാനുള്ള കാരണങ്ങൾ

1)ഖനീജ ഇന്ധനങ്ങളുടെ ത്വരിതഗതിയിലുള്ള ഉപഭോഗ വർദ്ധന.

2) വനങ്ങളുടെയും വൃക്ഷങ്ങളുടെയും സസ്യജാലങ്ങളുടെയും നാശം (ഇവയെല്ലാം CO2 ആഗിരണം ചെയ്തു ഓക്സിജൻ പുറത്തു വിടുകയാണല്ലോ ചെയ്യുന്നത്)

3) സമുദ്രങ്ങളിലെ ആൽഗകൾ, പ്ലാങ്ക്ടൺ തുടങ്ങിവയുടെ നാശം.

4) സമുദ്രത്തിന്റെ താപനിലയിലെ വർദ്ധന.

5) തണ്ണീർത്തടങ്ങളുടെ നാശം

6) വ്യവസായവൽക്കരണം (അന്തരീക്ഷത്തിലെ CO2 വർദ്ധിക്കുന്നു.)

7) ജനസംഖ്യ സ്ഫോടനം

(അന്തരീക്ഷത്തിലെ CO2 ശതമാനം കൂട്ടാൻ ഇടയാകുന്നു)

ആഗോള താപനം വരുത്തുന്ന വിനകൾ / നാശങ്ങൾ :-

1) കാലാവസ്ഥാ വ്യതിയാനങ്ങൾ

2) മഴയുടെ വിതരണത്തിലും തീവ്രതയിലും ഉണ്ടാകുന്ന മാറ്റങ്ങൾ

3) കൊടുംകാറ്റുകളുടെ എണ്ണത്തിലും തീവ്രതയിലും വരുന്ന വർദ്ധന.

4) മഞ്ഞുരുകലും സമുദ്രവിതാനം ഉയരുന്നതും.

5) ഹിമാനികളുടെ (Glaciers) ശോഷണം

6) കൃഷി നാശം

7) പവിഴപ്പുറ്റുകളുടെ നാശം

8) ജീവജാതികളുടെ തിരോധാനം (നാശം)

9) ആരോഗ്യ പ്രശ്നം കൂടുതലായി ഉണ്ടാകുന്നു.

10) അഭയാർത്ഥി പ്രശ്നം (പലേ സ്ഥലങ്ങളും കാലാവസ്ഥ വ്യതിയാനത്തിന്റെയും സമുദ്ര നിരപ്പ ഉയരുന്നതിന്റെയും തിക്ത ഫലം അനുഭവിക്കുന്നു.)

ആഗോളതാപന നിയന്ത്രണം

1) ഖനീജ ഇന്ധനങ്ങളുടെ ഉപയോഗം കുറക്കുക

2) ഊർജ്ജസംരക്ഷണം

4)ഫോസ്സിലേതര ഇന്ധനങ്ങൾ പ്രത്യേകിച്ച് പുതക്കപ്പെടുന്ന ഊർജ്ജം (Renewable) ഉപയോഗിക്കുന്നത് വർദ്ധിപ്പിക്കുക.

5) ഹരിത ഉല്പാദന നിർമ്മാണ പ്രവർത്തനങ്ങൾ കാര്യക്ഷമമാക്കുക

6) ജീവിത ശൈലിയിൽ മാറ്റം വരുത്തുക

7) ജനസംഖ്യ നിയന്ത്രണം

ആഗോളതാപനവും അന്തർദേശീയശ്രമങ്ങളും :-

അന്തർദേശീയതലത്തിൽ ആഗോളതാപനത്തിനു കാരണമായ സംഭവങ്ങൾ കുറച്ചു കൊണ്ടു വരുന്നതിനോ ഇല്ലാതാക്കുന്നതിനായി പലപ്പോഴായി ശ്രമങ്ങൾ നടന്നിട്ടുണ്ട്.

19-ആം നൂറ്റാണ്ടിൽ തന്നെ പരിതസ്ഥിതിയെപ്പറ്റി ബോധമുള്ള ആൾക്കാരും എന്തെല്ലാം കാരണങ്ങൾ കൊണ്ടു ഭൂമി വാസയോഗ്യമല്ലാതാകുമെന്ന് വ്യക്തമായ ധാരണയോടെ പ്രവചിച്ചിരുന്നു. 1826-ൽ തന്നെ ജോസഫ് ഫ്യൂരിയർ ഹരിത ഗൃഹപ്രഭാവത്തെപ്പറ്റി മനസ്സിലാക്കിയിരുന്നു. ഭൂമി വാസയോഗ്യമായിരിക്കുന്നതു ഈ പ്രതിഭാസം മൂലമാണെന്ന് മനസ്സിലാക്കി. ജോൺ ടൈണ്ടാൽ എന്ന ഭൗതികശാസ്ത്രജ്ഞനാണ് ഭൂമി ചൂടായിരിക്കുന്നതിന്റെ കാരണം കാർബൺ ഡൈ ഓക്സയിഡും ജലബാഷ്പവുമാണെന്നു കണ്ടെത്തിയത്. 1896-ൽ സാവൻടെ അർഹാനിസ് എന്ന രസതന്ത്രജ്ഞനാണ് ആദ്യമായി CO2 ഉത്സർജനത്തെപ്പറ്റി മനസ്സിലാക്കിയത്. 1938-ൽ ബ്രിട്ടീഷ് എഞ്ചിനീയരായ ഗെ കലണ്ടർ ആണ്, ഖനീജ ഇന്ധനങ്ങൾ കത്തിക്കുന്നത് കൊണ്ടാണ് അന്തരീക്ഷ ഊഷ്മാവ് വർദ്ധിക്കുന്നത് എന്ന് കണ്ടെത്തിയത്.

1960 കൾക്ക് ശേഷമാണു വ്യക്തികളും ഗവണ്മെന്റുകളും പരിതഃസ്ഥിതിക്കുണ്ടാകുന്ന നാശത്തെക്കുറിച്ചു മനസ്സിലാക്കാൻ തുടങ്ങിയത്. 1962-ൽ ഇറങ്ങിയ റേച്ചൽ കാർസന്റെ 'Silent Spring'എന്ന പുസ്തകത്തിനും ജനങ്ങളിൽ പരിസ്ഥിതി ബോധം ഉണ്ടാക്കാൻ കഴിഞ്ഞു. ഇക്കാ

ലഘട്ടത്തിൽ ഉണ്ടായ പല പരിസ്ഥിതി ദുരന്തങ്ങളും പൊതു പരിസ്ഥിതി ബോധം ഉണ്ടാക്കുന്നതിനു ഇടയാക്കി. അതിലൊന്ന് ലണ്ടനിൽ, 750 ആൾക്കാരുടെ ജീവൻ അപഹരിച്ച മൂടൽ മഞ്ഞു ദുരന്തമാണ്. ഇതു ഉണ്ടായത് 1961-ൽ ആണ്.

പൊതുവായി ആഗോള പരിസ്ഥിതിയെപ്പറ്റി മനസ്സിലാക്കിയതിന്റെ അടിസ്ഥാനത്തിലാണ് UN നേതൃത്വത്തിൽ ആദ്യത്തെ ആഗോള പരിസ്ഥിതിയോഗം 1970-ൽ സ്വീഡനിൽ ചേർന്നത്. മനുഷ്യന്റെ ഭാവി ജീവിതത്തിനു വികസനം ആവശ്യമാണെങ്കിലും, പരിസ്ഥിതിയെയും ഭാവിതലമുറയെയും കൂടി പരിഗണിച്ചായിരിക്കണം ഭാവി പ്രവർത്ത നങ്ങൾ ക്രമീകരിക്കേണ്ടത് എന്ന സന്ദേശമാണ് സമ്മേളനത്തിൽ ഉണ്ടായത്. സ്റ്റോക്ക് ഹോം സമ്മേളനം ശരിയായ വിധത്തിൽ ഒരു ട്രെൻഡ് ഉണ്ടാക്കുവാൻ സാധിച്ച

IPCC ഉണ്ടാക്കിയത് UN സ്ഥാപനങ്ങളായ WMO (World Meteorological Organisation), UNEP(United Nations Environment Programme) എന്നിവ ചേർന്നാണ് കാലാവസ്ഥ വ്യതിയാനത്തിന്റെ ശാസ്ത്രീയവും സാങ്കേതികവും മാനുഷികവുമായ പ്രശ്നങ്ങൾ വിലയിരുത്താനായിരുന്നു സംഘടന ഉണ്ടാക്കിയത്. ആദ്യപ്രവർത്തനങ്ങൾ വളരെ പ്രതീക്ഷകൾ നൽകിയിരുന്നു. പിന്നീട് മൂന്നു വിലയിരുത്തൽ റിപ്പോർട്ട് ഇറങ്ങിയെങ്കിലും പ്രേതീക്ഷിച്ച പിന്തുണ കിട്ടിയില്ല.

1992-ൽ ബ്രസീലിലെ റിയോ ഡി ജെനെറിയയിൽ വെച്ചാണ് ഭൗമ ഉച്ചകോടി നടന്നത് വളരെയധികം പ്രതീക്ഷകൾ അർപ്പിച്ചിരിന്നുവെ ങ്കിലും രാജ്യങ്ങൾ തമ്മിൽ നടന്ന ഔദ്യോഗികമായാ ഒരു യോഗം മാത്രമായി മാറുകയാണ് ചെയ്തത്. ഭൗമ ഉച്ചകോടി (Earth submit) എന്ന് പറയപ്പെട്ടിരിന്നുവെങ്കിലും ഔദ്യോഗികമായ പേര് United Nations confrence on Envionment and Devopment (UNCED). ഉച്ചകോടിയിൽ 172 രാജ്യങ്ങൾ പങ്കെടുത്തു. ഭൗമ ഉച്ചകോടിക്ക് ഒരു കൊല്ലം മുമ്പ് തന്നെ ഐക്യരാഷ്ട്രസഭാ സമതി United Nations Framework Conention on Climate Change (UNFCCC) പ്രവർ ത്തനമാരംഭിച്ചുവെങ്കിലും ഭൗമഉച്ചകോടിയോടെ ആണ് ഔദ്യോഗിക മായി നിലവിൽ വന്നത്.

ക്യോട്ടോ പ്രോട്ടോകോൾ

1997-ൽ ഡിസംബർ 11-നാണു ക്യോട്ടോ പ്രോട്ടോകോൾ നിലവിൽ വന്നത്. ആഗോളതാപനത്തിനു കാരണമായ ഹരിതഗൃഹ വാതക

ങ്ങൾ കുറക്കണമെന്നാണ് പ്രധാനമായ ക്യോട്ടോ പെരുമാറ്റച്ചട്ടം. കാലാവസ്ഥാ വ്യതിയാനം കുറക്കുന്നതിൽ ഏറെ സഹായകമാകും എന്ന പ്രതീക്ഷ നൽകിയിരുന്ന ഒന്നായിരുന്നു ക്യോട്ടോ പെരുമാറ്റച്ചട്ടം. തുടക്കത്തിൽ തന്നെ USA ഈ പെരുമാറ്റച്ചട്ടത്തിൽ നിന്ന് പിൻവാങ്ങി. ഏറ്റവും കൂടുതൽ കാർബൺ ഉത്സർജ്ജനം നടത്തുന്ന USAയുടെ പിന്മാറ്റം പ്രോട്ടോകോളിന്റെ വിജയത്തിൽ സംശയം ഉളവാക്കി.

USA അടക്കം എല്ലാ രാജ്യങ്ങൾക്കും കാർബൺ ഉത്സർജ്ജനം കുറക്കാൻ ബാദ്ധ്യതയുണ്ടെന്നും അതിനു വേണ്ടി അവികസിത രാജ്യങ്ങളെ വികസിതരാജ്യങ്ങൾ സഹായിക്കാൻ ബാദ്ധ്യതയുണ്ടെന്നും വിലയിരുത്തപ്പെട്ടു. 2010 ൽ കാൻകാനിൽ നടന്ന ഉച്ചകോടിയിൽ 76 UNFCCC അംഗരാജ്യങ്ങൾ കാർബൺ ഉത്സർജ്ജനം കുറക്കുന്നതിന് പ്രതിജ്ഞ എടുക്കുകയുമായി. UNFCCC അംഗങ്ങളുടെ സമ്മേളനം 2012-ൽ ദോഹയിൽ ചേർന്നു. ക്യോട്ടോ പെരുമാറ്റച്ചട്ടത്തിൽ ചില ഭേദഗതികൾ കൊണ്ടുവന്നുവെങ്കിലും അംഗീകാരം നേടാൻ കഴിഞ്ഞില്ല.

ഈ സാഹചര്യത്തിലാണ് 2015 നവമ്പർ 29 മുതൽ ഡിസംബർ വരെ UNFCCC അംഗരാജ്യങ്ങളുടെ സമ്മേളനം പാരീസിൽ നടന്നു.

അവലോകന റിപ്പോർട്ടിലെ പ്രധാന കണ്ടെത്തലുകൾ താഴെപ്പറയുന്നവയാണ്.

1) അന്തരീക്ഷവും സമുദ്രവും 1950 മുതൽ വലിയ അളവിൽ ചൂടായിക്കൊണ്ടിരിക്കുന്നു. ഇതിനു പ്രധാനകാരണം മനുഷ്യ ഇടപെടലുകളാണ്.

2) 1983-2013 കാലം ഏറ്റവും ചൂട് കൂടിയ കാലമായിരുന്നു.

3) 1971നും 2010 നും ഇടയിൽ സമുദ്രങ്ങളുടെ മുകൾ ഭാഗം അധിക താപത്തിൽ ചൂട് പിടിച്ചിട്ടുണ്ട്

4) ഗ്രീൻലാൻഡ്, ആർട്ടിക്, അന്റാർട്ടിക് എന്നിവിടങ്ങളിലെ ഐസ് പാളികൾ ചെറുതായിക്കൊണ്ടിരിക്കുന്നു.

5) ഭൂമിയിലെ താപ വർദ്ധനയുടെ പ്രധാന ഹേതു 1750 മുതൽ അധികമായിക്കൊണ്ടിരിക്കുന്ന കാർബൺ ഡൈ ഓക്സയിഡ് ആണ്.

കാർബൺ ഉത്സർജ്ജത്തിന്റെ 10% നവും പ്രധാനപ്പെട്ട 10 രാജ്യങ്ങളിൽ നിന്നാണ്. അതിൽ ഏറ്റവും മുന്നിൽ നിൽക്കുന്നതു USA ആണ്. USA പാരീസ് തീരുമാനം നടപ്പാക്കാൻ ബാദ്ധ്യത ഇല്ല എന്ന് പ്രഖ്യാപിച്ചിട്ടുണ്ട്. ഗുരുതരമായ സ്ഥിതിയിൽ എത്തുമെന്നറിഞ്ഞിട്ടും ഇത്തരം തീരുമാനങ്ങൾ നടപ്പാകാതിരിക്കുന്നതു വളരെ കൂടിയ അപരാധം

കാർബൺ ഉത്സർജ്ജനം (2016)

ക്രമ നമ്പർ	രാജ്യം	ആഗോള ഉത്സർജനത്തിന്റെ ശതമാനം	പ്രതിശീർഷ ഉത്സർജനം (ടൺ പ്രതിവർഷം)
1	ചൈന	28.21	7.5
2	യു.സ്.എ	15.99	16.5
3	ഇന്ത്യ	6.24	1.7
4	റഷ്യ	4.53	11.9
5	ജപ്പാൻ	3.67	9.5

(10.9% കാർബൺ ഉത്സർ ജനം യൂറോപ്യൻ യൂണിയന്റെതാണ്.)

തന്നെയാണ്. ഖനീജ ഇന്ധനഉപയോഗത്തിൽ നിന്ന് പുതക്കപ്പെടുന്ന ഊർജ്ജസ്രോതസ്സുകളിലേക്കു ചുവടു മാറ്റേണ്ടത് ആഗോളതാപനത്തിന്റെ പ്രത്യാഘാതങ്ങൾ കുറക്കാൻ അത്യാവശ്യമാണ്.

ക്യോട്ടോ പ്രോട്ടോകോൾ നടപ്പാക്കുന്നതിന്റെ ഫലമായി കാർബൺ ഉത്സർജ്ജനം കുറച്ചു കൊണ്ടുവരുന്നതിനു പ്രായോഗികമായി ചില നടപടികളുണ്ടായി. പ്രധാനപ്പെട്ട വികസിത രാജ്യങ്ങളും കാർബൺ ഉത്സർജ്ജനം കുറക്കാനുള്ള നടപടികൾ പ്രഖ്യാപിക്കണമെന്ന നിർദ്ദേശം വന്നു. ചൈന 40% ഉം ഇന്ത്യ 27% ഉം ഉത്സർജ്ജനം കുറക്കാനുള്ള നടപടികളെടുക്കാമെന്നു പ്രഖ്യാപിച്ചു. AOSIS(Alliance of small island states) സമുദ്രനിരപ്പ് ഉയരുന്നതിന്റെ ഫലമായി തങ്ങൾക്കുണ്ടാകുന്ന ഗുരുതരമായ സ്ഥിതി ചൂണ്ടിക്കാണിച്ചു. അതിന്റെയെല്ലാം ഫലമായി ആഗോളതാപ വർദ്ധനവ് 1.5 ഡിഗ്രിയിൽ നില നിർത്തേണ്ടതാണെന്ന് അംഗീകരിക്കപ്പെട്ടു. വ്യാപകമായുണ്ടാകുന്ന വനനശീകരണം കണക്കിലെടുത്തു വനവൽക്കണം നടത്തേണ്ടതിന്റെ ആവശ്യവും അംഗീകരിക്കപ്പെട്ടു.

മുൻപറഞ്ഞ നടപടികളുടെ ഭാഗമായാണ് കാർബൺ ട്രേഡിങ്ങ്, കാർബൺ പാദമുദ്ര എന്നീ ആശയങ്ങൾ ഉരുത്തിരിഞ്ഞു വന്നത്. ക്യോട്ടോ പ്രോട്ടോക്കോളിന് മുൻപ് തന്നെ കാർബൺ ട്രേഡ് യൂറോപ്യൻ യൂണിയന്റെ ചില രാജ്യങ്ങൾ തമ്മിൽ നിലനിന്നിരുന്നു.

GDP യുടെ ഒരു യൂണിറ്റ് ഉല്പാദിപ്പിക്കപ്പെടുമ്പോൾ ഉത്സർജ്ജിക്കുന്ന കർബ്ബണിന്റെ അളവാണ് കാർബൺ ഇന്റൻസിറ്റി. ഒരു കിലോ CO2

ഉത്സർജ്ജിക്കുന്നുണ്ടെങ്കിൽ 40%കാർബൺ ഇന്റൻസിറ്റി കുറക്കണ മെന്നാണ് തീരുമാനമെങ്കിൽ, 600 ഗ്രാം മാത്രമേ ഉത്സർജ്ജിക്കാൻ ഇട വരുത്താവൂ. അഥവാ ഇതിൽ കൂട്ടുകയാണെങ്കിൽ തക്കതായ സാമ്പത്തികപരിഹാരം നൽകേണ്ടതാണ്. ഇങ്ങനെ നോക്കുമ്പോൾ കൂടുതൽ കാർബൺ ഉത്സർജ്ജനം നടത്തുന്ന രാജ്യങ്ങൾ തക്കതായ സാമ്പത്തിക പരിഹാരം നൽകേണ്ടി വരും. USA പോലുള്ള രാജ്യങ്ങൾ ഉത്തരവാദിത്വം ഏറ്റെടുക്കാത്തതു ഇതു കൊണ്ടാണല്ലോ

കാർബൺ പാദമുദ്ര

1990 കളിൽ വില്യം എഡ്വിസ്, മതിസ് വകെർനഗേൽ എന്നിവ രാണ് കാർബൺ പാദമുദ്ര എന്ന ആശയം കൊണ്ടു വന്നത്. വ്യക്തിയോ വസ്തുവോ പ്രത്യക്ഷമായോ പരോക്ഷമായോ പുറത്തുവിടുന്ന മൊത്തം ഹരിതഗൃഹ വാതകത്തിന്റെ അളവാണ് കാർബൺ പാദമുദ്ര. കാർബൺ പാദമുദ്ര ഉല്പാദനസമയത്ത് ഉണ്ടാകുന്ന കാർബൺ ഉത്സർജ്ജനവുമായി ചേർത്ത് വായിക്കേണ്ടതാണ്. കാർബൺ ഉത്സർജ്ജനം കുറക്കാൻ എല്ലാ വ്യക്തികളും രാജ്യങ്ങളും നടപടി എടുത്താൽ മാത്രമേ ആഗോള താപനവർദ്ധന എന്ന മഹാവിപത്തിൽ നിന്ന് മനുഷ്യരാശിക്ക് രക്ഷ നേടാൻ സാദ്ധ്യമാകൂ.

www.ingramcontent.com/pod-product-compliance
Lightning Source LLC
LaVergne TN
LVHW090415051026
849518LV00006B/2344

* 9 7 8 9 3 5 5 1 7 1 3 1 3 *